Essential

VIETNAMESE

Speak Vietnamese With Confidence

Phan Văn Giưỡng

Revised by
Hanh Tran

TUTTLE Publishing

Tokyo | Rutland, Vermont | Singapore

The Tuttle Story: "Books to Span the East and West"

Many people are surprised to learn that the world's largest publisher of books on Asia had its humble beginnings in the tiny American state of Vermont. The company's founder, Charles E. Tuttle, belonged to a New England family steeped in publishing.

Immediately after WW II, Tuttle served in Tokyo under General Douglas MacArthur and was tasked with reviving the Japanese publishing industry. He later founded the Charles E. Tuttle Publishing Company, which thrives today as one of the world's leading independent publishers.

Though a westerner, Tuttle was hugely instrumental in bringing a knowledge of Japan and Asia to a world hungry for information about the East. By the time of his death in 1993, Tuttle had published over 6,000 books on Asian culture, history and art—a legacy honored by the Japanese emperor with the "Order of the Sacred Treasure," the highest tribute Japan can bestow upon a non-Japanese.

With a backlist of 1,500 titles, Tuttle Publishing is more active today than at any time in its past—inspired by Charles Tuttle's core mission to publish fine books to span the East and West and provide a greater understanding of each.

Published by Tuttle Publishing, an imprint of Periplus Editions (HK) Ltd.

www.tuttlepublishing.com

Copyright © 2003, 2013 Periplus Editions (HK) Ltd.

ISBN: 978-0-8048-4247-1

First edition
19 18 17 16 15 14 13
10 9 8 7 6 5 4 3 2 1
1308HP

Printed in Singapore

Distributed by
North America, Latin America & Europe
Tuttle Publishing
364 Innovation Drive
North Clarendon, VT 05759-9436 U.S.A.
Tel: 1 (802) 773-8930; Fax: 1 (802) 773-6993
info@tuttlepublishing.com
www.tuttlepublishing.com

Japan
Tuttle Publishing
Yaekari Building, 3rd Floor, 5-4-12 Osaki
Shinagawa-ku, Tokyo 141 0032
Tel: (81) 3 5437-0171; Fax: (81) 3 5437-0755
sales@tuttle.co.jp; www.tuttle.co.jp

Asia Pacific
Berkeley Books Pte. Ltd.
61 Tai Seng Avenue #02-12, Singapore 534167
Tel: (65) 6280-1330; Fax: (65) 6280-6290
inquiries@periplus.com.sg
www.periplus.com

Indonesia
PT Java Books Indonesia
Jl. Rawa Gelam IV No. 9,
Kawasan Industri Pulogadung, Jakarta 13930
Tel: (62) 21 4682-1088; Fax: (62) 21 461-0206
crm@periplus.co.id; www.periplus.com

Contents

Introduction

● **Welcome to the Tuttle Essential Language series, covering all of the most popular world languages. These books are basic guides in communicating in the language. They're concise, accessible and easy to understand, and you'll find them indispensable on your trip abroad to get you where you want to go, pay the right prices and do everything you've been planning to do.**

Each guide is divided into 15 themed sections and starts with a pronunciation table which explains the phonetic pronunciation to all the words and sentences you'll need to know, and a basic grammar guide which will help you construct basic sentences in your chosen language. At the end of the book is an extensive English–Vietnamese word list.

Throughout the book you'll come across boxes with a 🖐 beside them. These are designed to help you if you can't understand what your listener is saying to you. Hand the book over to them and encourage them to point to the appropriate answer to the question you are asking.

Other boxes in the book—this time without the symbol—give listings of themed words with their English translations beside them.

This book covers all subjects you are likely to come across during the course of a visit, from reserving a room for the night to ordering food and drink at a restaurant and what to do if your car breaks down or you lose your traveler's checks and money. With over 2,000 commonly used words and essential sentences at your fingertips you can rest assured that you will be able to get by in all situations, so let *Essential Vietnamese* become your passport to learning to speak with confidence!

Pronunciation guide

The Vietnamese alphabet has 29 letters: *a, ă, â, b, c, d, đ, e, ê, g, h, i, k, l, m, n, o, ô, ơ, p, q, r, s, t, u, ư, v, x, y.*

Vietnamese consonants are written as a single letter or a cluster of two or three letters, as follows: *b, c, ch, d, đ, g, gh, gi, h, k, kh, l, m, n, ng, ngh, nh, p, ph, qu, r, s, t, th, tr, v, x.*

The vowels in Vietnamese are the following: *a, ă, â, e, ê, i/y, o, ô, ơ, u, ư.* Vowels can also be grouped together to form a cluster.

The following tables of the vowels and consonants are in Vietnamese pronunciation with the English equivalent.

Vowels

Vietnamese	English	Example	Meaning
a	*father*	**ba**	three
ă	*hat*	**ăn**	to eat
â	*but*	**âm**	sound
e	*bet*	**em**	younger brother/sister
ê	*may*	**đêm**	night
i/y	*me*	**kim**	needle
o	*law*	**lo**	to worry
ô	*no*	**cô**	aunt
ơ	*fur*	**bơ**	butter
u	*too*	**ngu**	stupid
ư	*uh-uh*	**thư**	letter

Consonants

Vietnamese	English	Example	Meaning
b	*book*	<u>**b**</u>**út**	pen
c,k,q	*can*	<u>**c**</u>**á**	fish
		<u>**k**</u>**em**	ice cream
qu	*queen*	<u>**qu**</u>**ý**	precious
ch	*chore*	<u>**ch**</u>**o**	to give

d, g (before **i**)	*zero*	<u>d</u>a	skin
		g<u>ì</u>	what
đ	*do*	<u>đ</u>i	to go
g, gh	*go*	<u>g</u>a	railway station
		<u>gh</u>e	boat
h	*hat*	<u>h</u>ai	two
kh	*loch*	<u>kh</u>ông	no
l	*lot*	<u>l</u>àm	to do
m	*me; him*	<u>m</u>ai	tomorrow
n	*not; in*	<u>n</u>am	south
ng, ngh	*singer*	<u>ng</u>on	delicious
		<u>ngh</u>e	to hear
nh	*canyon*	<u>nh</u>o	grape
ph	*phone*	<u>ph</u>ải	right
r	*run*	<u>r</u>a	to go out
s	*show*	<u>s</u>ữa	milk
t	*top*	<u>t</u>ốt	good
th	*thin*	<u>th</u>ăm	to visit
tr	*entry*	<u>tr</u>ên	on/above
v	*very*	<u>v</u>à	and
x	*see*	<u>x</u>a	far

Tones

The standard Vietnamese language has six tones. Each tone is a meaningful and integral part of the syllable. Every syllable must have a tone. The tones are indicated in conventional Vietnamese spelling by marks placed over (**à, á, ả, ã**) or under (**ạ**) single vowels or the vowel in a cluster that bears the main stress (**v**).

Vietnamese name	Tone mark	Tone	Description	Example	Meaning
không dấu	none	mid-level	Voice starts at middle of normal speaking range and remains at that level	**ma**	ghost

Vietnamese name	Tone mark	Tone	Description	Example	Meaning
huyền	à	low-falling	Voice starts fairly low and gradually falls	*mà*	but
sắc	á	high-rising	Voice starts high and rises sharply	*má*	cheek
hỏi	ả	low-rising	Voice falls initially, then rises slightly	*mả*	tomb
ngã	ã	high-broken	Voice rises slightly, is cut off abruptly, then rises sharply again	*mã*	horse
nặng	ạ	low-broken	Voice falls, then cuts off abruptly	*mạ*	rice seedling

Basic grammar

1 Word forms

Single words

A Vietnamese word can have one of the following four structures:

a) A vowel or vowel cluster with or without a tone marker.

Examples: **Ô!**   (oh!)
    Ai   (who)
    Áo   (shirt)

b) A vowel or vowel cluster with or without a tone marker plus a final consonant.

Examples: **ăn**   (to eat)
    uống   (to drink)
    ấm   (warm)

c) An initial consonant plus a vowel or vowel cluster with or without a tone marker.

Examples: **da**   (skin)
    dạ   (yes)
    dao   (knife)

d) An initial consonant plus a vowel or vowel cluster with or without a tone marker and a final consonant.

Examples: **cơm**   (steamed rice)
    thương   (to love)
    soạn   (to prepare)
    buồn   (sad)

Compound words

Two or more single words (syllables) may be joined together to form a compound word.

Conjunctive compound words

A conjunctive compound word is formed by two different single words.

Examples:

Single words	Compound word
bàn (table), **ghế** (chair)	**bàn ghế** (furniture)
cha (father), **mẹ** (mother)	**cha mẹ** (parents)
máy (machine), **may** (to sew)	**máy may** (sewing machine)
máy (machine), **giặt** (to wash)	**máy giặt** (washing machine)
máy (machine), **bay** (to fly)	**máy bay** (airplane)
trái (fruit), **cây** (tree)	**trái cây** (fruit)
lá (leaf), **cây** (tree)	**lá cây** (leaf)
cành (branch), **cây** (tree)	**cành cây** (branch)

Reduplicative compound words

A reduplicative compound word is formed by a reduplication of the entire stem, or by a part of it affixed to itself, or by a meaningful single word plus a meaningless structural element.

Examples:

Single word	Compound word
nhỏ	**nhỏ nhỏ** (slightly small)
xanh	**xanh xanh** (slightly blue)
ngày	**ngày ngày** (everyday)
nhỏ	**nhỏ nhoi** (unimportant)
nhanh	**nhanh nhẹn** (quickly)
vui	**vui vẻ** (pleasant)
khóc	**khóc lóc** (to cry)
xơ xác	**xơ rơ xác rác** (all ragged)
ngày xưa	**ngày xửa ngày xưa** (once upon a time)

Free compound words

A free compound words is formed by two or three single words, which do not follow the above formation. There are not many free compound words in Vietnamese.

Examples:

cà lăm (to stammer)   **thình lình** (suddenly)

Important notes

a) Vietnamese words may be classified as follows: noun, pronoun, verb, adjective, adverb, conjunction, preposition, numeral, exclamation, adverbial particle.

b) Vietnamese words never change in number, gender, person or tense. Plurality is expressed by a limited number of words called plural markers which always precede the invariable nouns.

c) More than half of Vietnamese words are derived from Chinese. Therefore, there are often two words to designate the same thing, one coming from Chinese and the other being pure Vietnamese.

d) Idioms are phrases with a fixed structure. They have a special formation with rhythms.

Examples:

tiền rừng bạc biển   (very rich)
ba chìm bảy nổi   (up and down)
một nắng hai sương   (hardworking life)

2 The basic sentence structure

A sentence is made up of one or more phrases. It provides a complete expression of meaning. It expresses a statement, a question, a command, or an exclamation. In the written form it begins with a capital letter and ends with a full stop, a question mark or an exclamation mark. Sometimes a sentence may not have a subject or a verb.

Phrases

A phrase is a compound of two or more words which together make up a particular element of a sentence (e.g. the subject or the predicate). There are four types of phrases: noun phrases, verb phrases, adjectival phrases and adverbial phrases.

Example:

Hai người thanh niên   *đang đẩy một chiếc xe hơi.*
Hai người thanh niên   is a noun phrase.
đang đẩy một chiếc xe   is a verb phrase.

Simple sentences

A simple sentence normally consists of two parts, a subject and a predicate. The subject and the predicate can be single words or phrases.

Examples:

Subject	Predicate	
Ông Nam	**vui**	(Mr Nam is happy.)
Xe của tôi	**chạy nhanh**	(My car runs fast.)
Bạn tôi	**đã mua sách**	(My friend bought books.)
Cô ấy	**học tiếng Việt không?**	(Does she learn Vietnamese?)
Tôi	**20 tuổi**	(I'm 20 years old.)

In a simple sentence, there may be more than one subject or predicate.

Examples:

Ông Nam và tôi đi ăn cơm Việt Nam.
(Mr Nam and I went to have a Vietnamese meal: 2 subjects + 1 predicate)

Sinh viên sẽ học nghe, nói, đọc và viết tiếng Việt.
(Students will learn to listen to, speak, read and write Vietnamese: 1 subject + 4 predicates)

Optional parts of a sentence

Many sentences have an optional part which is dependent on the main part; it modifies the whole sentence and cannot, therefore, stand independently as a sentence. It is an adverb or an adverbial phrase of time, place, manner, purpose, etc. The optional part of a sentence may be put at the beginning of a sentence or at the end, but in Vietnamese, 80% of them have to be put at the beginning of the sentence.

Examples:

Optional part	Main part
Ngày thứ hai,	**tôi sẽ đi học.**
(On Monday,	I will go to school.)
Ở trên bàn,	**có 3 quyển sách.**
(On the table,	there are 3 books.)

Compound sentences

A compound sentence is made up of two simple sentences linked by a conjunctive particle.

Examples:

Vì hôm nay trời đẹp nên tôi đi chơi.

(Because it is beautiful today, I am going out.)

Hôm nay trời đẹp	is a single sentence.
Tôi đi chơi	is a single sentence.
Vì... nên...	is a conjunctive particle.

Trong khi mẹ tôi làm việc thì em tôi học bài.

(While my mother is working, my younger brother is studying.)

Mẹ tôi làm việc	is a single sentence.
Em tôi học bài	is a single sentence.
Trong khi... thì...	is a conjunctive particle.

Terms of address

In place of a pronoun equivalent to English "you," Vietnamese uses a range of kinship terms and honorifics as terms of address. The use of these is explained at the beginning of Chapter 2. The Vietnamese phrases listed often require a choice to be made according to whether the addressee is male or female.

1 The Basics

1.1 Personal details

surname	*họ*
first name	*tên*
initials	*chữ ký tắt*
address (street/number)	*địa chỉ (đường phố/số nhà)*
postal (zip) code/town	*khu bưu chính/tỉnh*
sex (male/female)	*phái tính (nam/nữ)*
nationality/citizenship	*quốc tịch/công dân*
date of birth	*ngày sinh*
place of birth	*nơi sinh*
occupation	*nghề nghiệp*
marital status	*tình trạng hôn nhân*
married	*có gia đình*
single	*độc thân*
widowed	*goá vợ/goá chồng*
(number of) children	*(số) con cái*
passport/identity card/ driving license number	*hộ chiếu/giấy chứng minh/số bằng lái (xe)*
place and date of issue	*nơi và ngày cấp*
signature	*chữ ký*

1.2 Today or tomorrow?

What day is it today?	*Hôm nay (là) thứ mấy?*
Today's Monday	*Hôm nay là Thứ hai*
– Tuesday	*– Thứ ba*
– Wednesday	*– Thứ tư*
– Thursday	*– Thứ năm*
– Friday	*– Thứ sáu*
– Saturday	*– Thứ bảy*
– Sunday	*– Chủ nhật*
in January	*vào tháng giêng*
since February	*từ tháng hai*
in spring	*(vào) mùa xuân*
in summer	*(vào) mùa hạ/mùa hè*
in autumn	*(vào) mùa thu*
in winter	*(vào) mùa đông*
2013	*năm hai ngàn mười ba*
2014	*năm hai ngàn mười bốn*
the twentieth century	*thế kỷ thứ hai mươi*
the twenty-first century	*thế kỷ thứ hai mươi mốt*
What's the date today?	*Hôm nay ngày mấy?*
Today's the 24th	*Hôm nay (là) ngày 24*
Monday 3 November	*Thứ hai ngày 3 tháng mười một*

in the morning	*(vào) buổi sáng*
in the afternoon	*(vào) buổi chiều*
in the evening	*(vào) buổi tối*
at night	*ban đêm*
this morning	*sáng nay*
this afternoon	*chiều nay*
this evening	*tối nay*
tonight	*đêm nay*
last night	*đêm qua*
this week	*tuần này*
next month	*tháng tới/tháng sau*
last year	*năm ngoái/năm rồi*
next…	*…tới/sau*
tomorrow	*ngày mai*
in…days/weeks/ months/ years	*…ngày/tuần/tháng/năm nữa*
…weeks ago	*cách đây…tuần*
day off	*ngày nghỉ*

1.3 What time is it?

What time is it?	*Mấy giờ rồi?/Bây giờ là mấy giờ?*
It's nine o'clock	*Chín giờ*
– five past ten	*– mười giờ năm (phút)*

– a quarter past eleven	– *mười một giờ mười lăm (phút)*
– twenty past twelve	– *mười hai giờ hai mươi (phút)*
– half past one	– *một giờ rưỡi*
– twenty-five to three	– *ba giờ kém hai mươi lăm (phút)*
– a quarter to four	– *bốn giờ kém mười lăm (phút)*
– ten to five	– *năm giờ kém mười (phút)*
It's midday (twelve noon)	*Mười hai giờ trưa*
It's midnight	*Mười hai giờ đêm/nửa đêm*
half an hour	*nửa giờ*
What time?	*Mấy giờ?*
What time can I come by?	*Mấy giờ tôi đến được?*
I will be there around…	*Tôi sẽ đến khoảng...*
At…	*Lúc...*
After…	*Sau khi...*
Before…	*Trước...*
Between…and… (o'clock)	*Trong khoảng từ...đến...*
From…to…	*Từ...đến...*
In...minutes	*...phút nữa*
– an hour	– *một giờ*
– …hours	– *...giờ*
– a quarter of an hour	– *mười lăm phút*
three quarters of an hour	*bốn mươi lăm phút*
too early/late	*quá sớm/quá trễ*

on time	*đúng giờ*
summertime (daylight saving)	*giờ mùa hạ*
wintertime	*giờ mùa đông*

One, two, three...

0	*không*
1	*một*
2	*hai*
3	*ba*
4	*bốn*
5	*năm*
6	*sáu*
7	*bảy*
8	*tám*
9	*chín*
10	*mười*
11	*mười một*
12	*mười hai*
13	*mười ba*
14	*mười bốn*
15	*mười lăm*
16	*mười sáu*
17	*mười bảy*
18	*mười tám*
19	*mười chín*

20	*hai mươi*
21	*hai mươi mốt*
22	*hai mươi hai*
30	*ba mươi*
31	*ba mươi mốt*
32	*ba mươi hai*
40	*bốn mươi*
50	*năm mươi*
60	*sáu mươi*
70	*bảy mươi*
80	*tám mươi*
90	*chín mươi*
100	*một trăm*
101	*một trăm lẻ một/một trăm linh một*
110	*một trăm mười*
120	*một trăm hai mươi*
200	*hai trăm*
300	*ba trăm*
400	*bốn trăm*
500	*năm trăm*
600	*sáu trăm*
700	*bảy trăm*
800	*tám trăm*
900	*chín trăm*
1,000	*một ngàn/một nghìn*
1,100	*một ngàn một trăm*
2,000	*hai ngàn*

10,000	*mười ngàn*
100,000	*một trăm ngàn*
1,000,000	*một triệu*
1st	*thứ nhất*
2nd	*thứ nhì/thứ hai*
3rd	*thứ ba*
4th	*thứ tư*
5th	*thứ năm*
6th	*thứ sáu*
7th	*thứ bảy*
8th	*thứ tám*
9th	*thứ chín*
10th	*thứ mười*
11th	*thứ mười một*
12th	*thứ mười hai*
13th	*thứ mười ba*
14th	*thứ mười bốn*
15th	*thứ mười lăm*
16th	*thứ mười sáu*
17th	*thứ mười bảy*
18th	*thứ mười tám*
19th	*thứ mười chín*
20th	*thứ hai mươi*
21st	*thứ hai mươi mốt*
22nd	*thứ hai mươi hai*
30th	*thứ ba mươi*
100th	*thứ một trăm*
1,000th	*thứ một ngàn*

The Basics

1

once	*một lần*
twice	*hai lần*
double	*gấp đôi/gấp hai*
triple	*gấp ba*
half	*nửa*
a quarter	*một phần tư*
a third	*một phần ba*
some/a few	*một vài/một ít*
$2 + 4 = 6$	*2 cộng 4 bằng 6*
$4 - 2 = 2$	*4 trừ 2 còn 2*
$2 \times 4 = 8$	*2 nhân 4 bằng 8*
$4 \div 2 = 2$	*4 chia 2 bằng 2*
even/odd	*chẵn/lẻ*
total	*tổng cộng*
6×9	*6 lần 9*

1.5 The weather

Is the weather going to be good/bad?	*Trời sẽ đẹp/xấu không?*
Is it going to get colder/hotter?	*Trời lạnh hơn/nóng hơn không?*
What temperature is it going to be?	*Nhiệt độ sẽ là bao nhiêu?*
Is it going to rain?	*Trời sắp mưa không?*
Is there going to be a storm?	*Trời sắp có bão phải không?*

Is there going to be a thunderstorm?	*Trời sắp có giông phải không?*	
The weather's changing	*Thời tiết đang thay đổi*	
It's going to be cold	*Trời sẽ lạnh*	
What's the weather going to be like today/tomorrow?	*Hôm nay/ngày mai thời tiết như thế nào?*	
Is that section flooded?	*Đoạn đó có bị ngập lụt không?*	
What is today's temperature?	*Hôm nay nhiệt độ là bao nhiêu?*	
Today's temperature is 30°C (86°F)	*Nhiệt độ hôm nay là 30°C (86°F)*	

ẩm đạm bleak	*đẹp/trong* fine/clear	*rất nóng* very hot
ẩm ướt humid	*dịu* mild	*giá lạnh về đêm* overnight frost
băng giá frost	*độ (trên không độ/ dưới không độ)* ...degrees (below/ above zero)	*gió* wind
bão hurricane/storm		*gió/nhiều gió* windy
cơn gió gusts of wind	*đợt nóng* heatwave	*gió nhẹ/mạnh/rất mạnh* moderate/strong/ very strong winds
đẹp/tốt fine	*giá lạnh* frost/frosty	
lạnh và ẩm cold and damp	*nắng* sunny	*hầm/oi bức* stifling
mát cool	*ngày nắng* sunny day	*sương mù* fog/foggy
mưa rain	*nhiều mây* cloudiness	*tuyết* snow

mưa đá hail	**ngập/lụt** flood	**trời trong/có mây** clear skies/cloudy/ overcast
mưa lớn heavy rain		

1.6 Here, there...

See also 5.1 Asking directions

here, over here	*ở đây/ở đằng này*
there, over there	*ở chỗ kia/ở đằng kia*
everywhere	*ở khắp nơi*
far away/nearby	*xa/gần*
(on the) right/(on the) left	*(ở bên) phải/(ở bên) trái*
to the right/left of	*ở bên phải/ở bên trái của*
straight ahead	*đi thẳng*
via	*qua, ngang qua*
in/to	*vào trong/vào*
on	*trên*
under	*dưới*
against	*ngược/đối lại*
opposite/facing	*đối diện*
next to	*kế bên*
near	*gần*
in front of	*ở trước mặt*
in the center	*ở giữa/ở trung tâm*

forward	*về phía trước*
down	*xuống*
up	*lên*
inside	*bên trong*
outside	*bên ngoài*
behind	*đằng sau*
at the front	*ở phía trước*
at the back/in line	*ở phía sau/ở trong hàng*
in the north	*ở miền bắc*
to the south	*đi miền Nam*
from the west	*từ phía tây*
from the east	*từ phía đông*
to the...of	*ở (phía)...của*

1.7 What does that sign say?

See 5.2 Traffic signs

bán for sale	**sơ cứu/tai nạn và cấp cứu (bệnh viện)** first aid/accident and emergency (hospital)	**lối thoát khi có cháy hoả hoạn** fire escape/escalator
bị hư/hỏng out of order		**lối vào** entrance
bưu điện post office	**đã bán hết** sold out	**mở/mở cửa** open
cấm hút thuốc/ cấm xả rác no smoking/no litter	**đẩy vào** push	**ngừng** stop

**cấm săn bắn/
cấm câu cá**
no hunting/fishing

cấm vào
no access/no entry

công an/cảnh sát
police/municipal
police

cảnh sát giao thông
traffic police

cho thuê
for hire/rent

chỗ dành riêng
reserved

có người
engaged

coi chừng chó dữ
beware of the dog

nhà vệ sinh/WC
restroom/WC

sở cứu hỏa
fire department

sơn ướt
wet paint

thắng khẩn cấp
emergency brake

lối ra (khẩn cấp)
(emergency) exit

đầy
full

điện cao thế
high voltage

**đóng cửa (nghỉ lễ/
sửa sang)**
closed (for holiday/
refurbishment)

hướng dẫn
information

kéo ra
pull

khách sạn
hotel

không dùng
not in use

Không hút thuốc
No smoking

**thu ngân/quầy thu
tiền**
cashier

thời gian biểu
timetable

ngoại hối/đổi tiền
exchange

**không dùng điện
thoại**
no cell phone

người đi bộ
pedestrians

**nguy hiểm/coi
chừng hỏa hoạn/
nguy hiểm đến tính
mạng**
danger/fire hazard/
danger to life

bệnh viện
hospital

nước nóng/lạnh
hot/cold water

**nước (không) uống
được**
(no) drinking water

phòng bán vé
ticket office

phòng đợi
waiting room

**văn phòng hướng
dẫn du lịch**
tourist information
bureau

**xin đừng quấy rầy/
sờ mó**
please do not
disturb/touch

xin bỏ giày dép
shoes off, please

1.8 Legal holidays

● **The most important legal holidays** in Vietnam are the following:

January 1	New Year's Day *Tết dương lịch*
February	Lunar New Year *Tết/Tết âm lịch*
March	King Hung Vuong anniversary *Giỗ tổ Hùng Vương*
30 April	Victory Day *Lễ Chiến Thắng*
1 May	Labor Day *Lễ Lao Động*
2 September	National Day *Lễ Quốc Khánh*

Most shops, banks, and government institutions are closed on these days. Although Christmas is not considered a legal holiday, it is actually a season of festivities for the urban population, regardless of their beliefs. Individual towns and provinces also have public holidays to celebrate their own festivals.

1.9 Telephone alphabets

b	*a* as in "father" *anh* (brother)
ă	*ă* as in "hat" *ăn* (to eat); *năm* (five)

â	*â* as in "but" *âm* (sound); *hâm* (to heat)
e	*e* as in "bet" *em* (younger brother/sister); *den* (black)
ê	*ê* as in "may" *êm* (soft); *đêm* (night)
i or *y*	*i* as in "me" *im* (quiet); *kim* (needle); *đi* (to go)
o	*o* as in "law" *lo* (to worry); *bom* (bomb)
ô	*ô* as in "no" *cô* (miss, aunt); *ông* (Mr); *tôm* (shrimp)
ơ	*ơ* as in "fur" *ơn* (favor); *cơm* (cooked rice)
u	*u* as in "put" *ngu* (stupid); *Úc* (Australia)
ư	*ư* as in "uh-uh" *ưa* (to like); *lưng* (back)
b	*bờ* as in "bed" *ba* (three)
c/k	*cờ* as in "can" *ca* (to sing); *kem* (ice-cream)
qu	*quờ* as in "quit" *qua* (to cross); *quỹ* (precious)
d/gi	*dờ* as in "zone" *da* (skin); *gì* (what)
đ	*đờ* as in "do" *đi* (to go); *đâu* (where)
g/gh	*gờ* as in "go" *ga* (railway station); *ghê* (horrible)

h	*hờ* as in "hat" *hai* (two)
kh	*khờ* *không* (no, not)
l	*lờ* as in "lot" *làm* (to do)
m	*mờ* as in "me" *mai* (tomorrow)
n	*nờ* as in "not" *Nam* (south); *in* (to print)
ng/ngh	*ngờ* as in "singer" *ngon* (nice to eat); *nghe* (to hear)
nh	*nhờ* as in "canyon" *nho* (grape); *nhanh* (quick)
ph	*phờ* as in "phone" *phải* (right)
r	*rờ* as in "run" *ra* (to go out); *rau* (vegetables)
s	*sờ* as in "show" *sữa* (milk)
t	*tờ* as in "top" *tốt* (good); *tôi* (I, me)
th	*thờ* as in "thin" *thăm* (to visit)
tr	*trờ* as in "entry" *trong* (clear); *trên* (on, above)
v	*vờ* as in "very" *và* (and)
x	*xờ* as in "see" *xa* (far)

2 Meet and Greet

2. Meet and Greet

● **It is common** in Vietnam to shake hands on meeting and parting company in urban areas, but this is not common in rural areas. Vietnamese women in particular may be hesitant to shake hands. Vietnamese bow their heads slightly when greeting other people.

In Vietnamese, the family name is written first, followed by the middle name and then the given name, e.g.:

Family name	Middle name	Given name
Nguyễn	*Văn*	*Minh*

The family name is virtually never used except in conjunction with the other two names. A person is addressed by their given name and a title, e.g.:

Nguyễn Văn Minh	*Ông Minh*	(Mr Minh)
Trịnh Thị Hoa	*Bà Hoa*	(Mrs Hoa)
Trần Tuyết Mai	*Cô Mai*	(Miss Mai)

A woman keeps her maiden name for official purposes after she marries, but she can be addressed by her husband's given name and a title, e.g.: after the marriage of *Trần Tuyết Mai* to *Nguyễn Văn Minh*, others will address her as *Bà Minh* (Mrs Minh).

Vietnamese names usually have meanings, for example, *Hồng* means "rose" and *Hùng* means "hero." Names are often chosen for their auspicious meaning. Most names can be used for both boys and girls but when used as a middle name, *Văn* is almost always for boys and *Thị* for girls.

People seldom ask each other their names. They address each other by a series of kinship terms or professional titles. Such terms and titles always go before the given name, never the family name. It would be extremely disrespectful for students to address their teacher by name alone, or for a younger person to address an older person in the same manner. It is possible however to call close friends and younger family members by name alone.

The Vietnamese usually use a system of kinship terms instead of names as a method of address, e.g.: *bác* (father's elder brother)—

used for people obviously older than the speaker; **anh** (older brother)—used for a man the same age or older than the speaker; **chị** (older sister)—used for a woman the same age or older than the speaker. These terms can be used alone or with the given name (never with the surname), e.g.: **Bác Minh, Chị Mai**.

More respectful terms are used in formal situations: **Ông** (Mr), **Bà** (Mrs), **Cô** (Miss). These titles are used with the given name. Women are called **bà** and **cô** according to their age, rather than their marital status. Foreign women are usually called **bà** regardless of age.

In formal situations the title of the position held by a person is usually used as a term of address, e.g.: **Kỹ sư Minh** (Engineer Minh), **Giáo sư Hoa** (Professor Hoa). The terms **ông** and **bà** can be added to professional titles to make them more respectful, e.g.: **Bà giám đốc** (Mrs Director), **Ông bác sĩ** (Mr Doctor). In this case the given name is not used. Female teachers are called **cô** and male teachers are called **thầy**. These terms are extremely respectful.

The professional title held by a husband or wife can be transferred to the other spouse, e.g. the husband of **Cô Mai** (Teacher Mai) could be called **Thầy Minh** (Teacher Minh) because his wife is a teacher, even if he is not.

2.1 Greetings

Hello/Good morning, Mr Williams	**Chào ông Williams**
Hello/Good morning, Mrs Jones	**Chào bà Jones**
Hello, Peter	**Chào Peter**
Hi, Helen	**Chào Helen**
Good morning, madam	**Chào bà**
Good afternoon, sir	**Chào ông**

How are you?/How are things?	*Ông* (m.)/*bà* (f.) *khoẻ không?/Mọi việc thế nào?*
Fine, thank you, and you?	*Khoẻ, cảm ơn, còn ông* (m.)/*bà* (f.) *thế nào?*
Very well, and you?	*Khoẻ lắm, còn ông* (m.)/*bà* (f.) *thế nào?*
In excellent health/In great shape	*Rất khoẻ/Khoẻ lắm*
So-so	*Cũng thường*
Not very well	*Không được khoẻ lắm*
Not bad	*Cũng được*
I'm going to leave	*Tôi xin phép phải đi*
I have to be going, someone's waiting for me	*Tôi phải đi, có người đang đợi tôi*
Good-bye	*Chào ông* (m.)/*bà* (f.)
See you later	*Hẹn gặp lại*
See you soon	*Mong sớm gặp lại*
See you in a little while	*Lát nữa gặp lại*
Sweet dreams	*Chúc ông* (m.)/*bà* (f.) *nhiều giấc mơ đẹp*
Good night	*Chúc ông* (m.)/*bà* (f.) *ngủ ngon*
All the best	*Chúc ông* (m.)/*bà* (f.) *mọi điều tốt lành*
Have fun	*Chúc vui vẻ!*
Good luck	*Chúc may mắn*
Have a nice vacation	*Đi nghỉ mát vui vẻ*

Bon voyage/Have a good trip	*Chúc chuyến đi tốt đẹp!*
Thank you, the same to you	*Cảm ơn, (tôi) cũng chúc ông* (m.)/*bà* (f.) *như vậy*
Give my regards to…	*Xin cho tôi gởi lời thăm...*
Say hello to…	*Cho tôi gởi lời thăm...*

2.2 Asking a question

Who?	*Ai?*
Who's that?/Who is it?/ Who's there?	*Ai đó?*
What?	*Cái gì?/Gì?*
What is there to see?	*Ở đó có gì xem được?*
What category of hotel is it?	*Khách sạn đó thuộc loại nào?*
Where?	*ở đâu?/Đâu?*
Where's the bathroom?	*Phòng tắm ở đâu?*
Where are you going?	*Ông* (m.)/*Bà* (f.) *đi đâu?*
Where are you from?	*Ông* (m.)/*Bà* (f.) *từ đâu tới?*
How?	*Như thế nào?/Cách nào?*
How far is that?	*Nơi đó có xa không?/Bao xa?*
How long does that take?	*Mất bao lâu?*
How long is the trip?	*Chuyến đi mất bao lâu?*
How much?	*Bao nhiêu tiền?/Bao nhiêu?*
How much is this?	*Cái này bao nhiêu?*

What time is it?	*Mấy giờ rồi?*
Which one/s?	*Cái nào?*
Which glass is mine?	*Ly nào (là) của tôi?*
When?	*Khi nào?*
When are you leaving?	*Khi nào ông/bà đi?*
Why?	*Tại sao?*
Could you help me, please?	*Xin giúp tôi?*
Could you show me, please?	*Xin chỉ giùm tôi?*
Could you come with me, please?	*Xin đi cùng với tôi?*
Could you book me some tickets, please?	*Xin giữ trước cho tôi một vài vé?*
Could you recommend another hotel?	*Xin giới thiệu cho tôi một khách sạn khác?*
Do you know...?	*Ông* (m.)/*bà* (f.) *có biết...?*
Do you know whether...?	*Ông* (m.)/*bà* (f.) *có biết...?*
Do you have...?	*Ông* (m.)/*bà* (f.) *có...?*
Do you have a...for me?	*Ông* (m.)/*bà* (f.) *có...cho tôi không?*
Do you have a vegetarian dish?	*Ông* (m.)/*bà* (f.) *có món ăn chay không?*
I would like...	*Tôi muốn mua.../Cho tôi...*
I'd like a kilo of apples, please	*Cho tôi một kí táo*
Can/May I?	*Được không?*
Can/May I take this away?	*Tôi lấy cái này được không?*

Can I smoke here?	*Tôi hút thuốc ở đây được không?*
Could I ask you something?	*Tôi hỏi ông/bà điều này dự ơc không?*

 How to reply

Yes, of course	*Được chứ*
No, I'm sorry	*Rất tiếc, không được*
Yes, what can I do for you?	*Dạ, ông* (m.)/*bà* (f.) *cần gì?*
Just a moment, please	*Xin đợi một lát*
No, I don't have time now	*Không, bây giờ tôi không có thì giờ*
No, that's impossible	*Không, không thể được*
I think so/I think that's absolutely right	*Đúng vậy/Tôi nghĩ rằng điều đó rất đúng*
I think so too/I agree	*Tôi cũng nghĩ vậy/Tôi đồng ý*
I hope so too	*Tôi cũng hy vọng như vậy*
No, not at all/Absolutely not	*Không, hoàn toàn không/Tuyệt đối không*
No, no one	*Không, không có ai cả*
No, nothing	*Không, không có gì cả*
That's right	*Đúng vậy*
Something's wrong	*Có chuyện gì rồi*
I agree/don't agree	*Tôi đồng ý/không đồng ý*
OK/it's fine	*Được/tốt lắm*
OK, all right	*Được*

| Perhaps/maybe | *Có lẽ/có thể* |
| I don't know | *Tôi không biết* |

2.4 Thank you

Thank you	*Cảm ơn*
You're welcome	*Không có chi*
Thank you very much/ Many thanks	*Cảm ơn nhiều/Cảm ơn nhiều lắm*
Very kind of you	*Ông* (m.)/*bà* (f.) *tốt quá*
My pleasure	*Không có chi/Đâu có gì*
I enjoyed it very much	*Tôi thích lắm*
Thank you for...	*Cảm ơn ông* (m.)/*bà* (f.) *đã*
You shouldn't have/That was so kind of you	*Ông* (m.)/*bà* (f.) *không cần phải/ Ông* (m.)/*bà* (f.) *tốt quá*
Don't mention it!	*Có gì đâu!*
That's all right	*Không có chi*

2.5 I'm sorry

Excuse me/pardon me/sorry	*Xin lỗi*
I do apologize	*Tôi xin lỗi*
Sorry, I didn't know that...	*Tôi xin lỗi, tôi không biết rằng...*
I didn't mean it/It was an accident	*Tôi không cố ý/Đây là chuyện rủi ro*

That's all right/Don't worry about it	**Không có chi/Đừng lo gì cả**
Never mind/Forget it	**Đừng bận tâm/Hãy quên nó đi**
It could happen to anyone	**Chuyện này đâu ai tránh được**

2.6 What do you think?

Which do you prefer/ like best?	**Ông** (m.)/**bà** (f.) **thích cái nào hơn/ thích cái nào nhất?**
What do you think?	**Ông** (m.)/**bà** (f.) **thấy thế nào?**
Don't you like dancing?	**Ông** (m.)/**bà** (f.) **không thích khiêu vũ sao?**
I don't mind	**Sao cũng được**
Well done!	**Hay lắm!**
Not bad!	**Được lắm!**
Great!/Marvelous!	**Tuyệt vời!**
Wonderful!	**Tuyệt vời!**
How lovely!	**Đẹp quá!/Hay quá!**
I am pleased for you	**Tôi mừng cho ông** (m.)/**bà** (f.)
I'm very happy to...	**Tôi rất sung sướng...**
It's really nice here!	**ở đây hay quá/ở đây tốt quá!**
How nice!	**Tốt quá!**
How nice for you!	**Rất tốt cho ông** (m.)/**bà** (f.)**!**
I'm (not) very happy with...	**Tôi rất (không) hài lòng với...**
I'm glad that...	**Tôi vui vì...**

I'm having a great time	*Tôi rất vui*
I can't wait till tomorrow/ I'm looking forward to tomorrow	*Tôi không thể đợi đến ngày mai/Tôi mong đến ngày mai*
I hope it works out	*Tôi hy vọng việc sẽ ổn thoả*
How awful!	*Ghê quá!/Kỳ quá!*
It's horrible!	*Khủng khiếp!*
That's ridiculous!	*Tức cười quá/Nực cười quá!*
That's terrible!	*Ghê quá!*
What a pity/shame!	*Thật đáng tiếc!/Thật xấu hổ!*
How disgusting!	*Ghê quá!*
What nonsense/How silly!	*Vô lý quá!*
I don't like it/them	*Tôi không thích nó/chúng*
I'm bored to death	*Tôi chán muốn chết*
I'm fed up	*Tôi chán lắm*
This is no good	*Cái này không tốt*
This is not what I expected	*Cái này không phải là cái tôi muốn*

3 Small Talk

3. Small Talk

3.1 Introductions

May I introduce myself?	*Tôi xin tự giới thiệu*
My name's...	*Tôi tên là...*
I'm...	*Tôi là...*
What's your name?	*Quý danh của ông* (m.)/*bà* (f.) *là gì?,* *Ông* (m.)/*bà* (f.) *tên gì?*
May I introduce...?	*Tôi xin được giới thiệu...*
This is my wife/husband	*Đây là vợ tôi/chồng tôi*
This is my daughter/son	*Đây là con gái tôi/con trai tôi*
This is my mother/father	*Đây là mẹ tôi/cha tôi*
This is my fiancée/fiancé	*Đây là hôn phu của tôi/hôn thê của tôi*
This is my friend	*Đây là bạn tôi*
How do you do	*Chào ông* (m.)/*bà* (f.)
Hi, pleased to meet you	*Hân hạnh gặp ông* (m.)/*bà* (f.)
Pleased to meet you (formal)	*Rất hân hạnh được gặp ông* (m.)/*bà* (f.)
Where are you from?	*Ông* (m.)/*bà* (f.) *người nước nào?*
I'm American	*Tôi người Mỹ*
What city do you live in?	*Ông* (m.)/*bà* (f.) *sống ở thành phố nào?*
In...near...	*ở...gần...*
Have you been here long?	*Ông* (m.)/*bà* (f.) *ở đây lâu chưa?*

A few days	*Vài ngày*
How long are you staying here?	*Ông* (m.)/*bà* (f.) *sẽ ở lại đây bao lâu?*
We're (probably) leaving tomorrow/in two weeks	*(Có lẽ) ngày mai chúng tôi sẽ đi/(Có lẽ) hai tuần nữa chúng tôi sẽ đi*
Where are you staying?	*Ông* (m.)/*bà* (f.) *sẽ ở tại đâu?*
I'm staying in a hotel/ an apartment	*Tôi sẽ ở tại khách sạn/tại căn hộ*
At a campsite	*Tại khu cắm trại*
I'm staying with friends/ relatives	*Tôi ở với bạn bè/bà con*
Are you here on your own?/ Are you here with your family?	*Ông* (m.)/*bà* (f.) *ở đây một mình?* *Ông* (m.)/*bà* (f.) *ở đây với gia đình?*
I'm on my own	*Tôi ở một mình*
I'm with my partner/wife/ husband	*Tôi ở với bạn tôi/vợ tôi/chồng tôi*
– with my family	*– với gia đình tôi*
– with relatives	*– với bà con*
– with a friend/friends	*– với một người bạn/với bạn bè*
Are you married?	*Anh* (m.)/*cô* (f.) *có gia đình chưa?*
Are you engaged?/Do you have a steady boy/ girlfriend?	*Anh* (m.)/*cô* (f.) *đính hôn chưa?/Cô/ Anh có người yêu chưa?*
That's none of your business	*Tôi không thể nói chuyện đó được*
I'm married	*Tôi có gia đình rồi*

I'm single	*Tôi còn độc thân*
I'm not married	*Tôi chưa có gia đình*
I'm separated	*Tôi đã ly thân*
I'm divorced	*Tôi đã ly dị*
I'm a widow/widower	*Tôi goá chồng/Tôi goá vợ*
I live alone/with someone	*Tôi sống một mình/sống với*
Do you have any children/ grandchildren?	*Anh* (m.)/*cô* (f.) *có con chưa?, Ông* (m.)/*bà* (f.) *có cháu chưa?*
How old are you?	*Ông* (m.)/*bà* (f.) *bao nhiêu tuổi?*
How old is she/he?	*Cô/anh ấy bao nhiêu tuổi?*
I'm...(years old)	*Tôi...tuổi*
She's...(years old)	*Cô ấy...tuổi*
What do you do for a living?	*Ông* (m.)/*bà* (f.) *sống bằng nghề gì?*
I work in an office	*Tôi làm việc văn phòng*
I'm a student	*Tôi là sinh viên*
I'm unemployed	*Tôi đang thất nghiệp*
I'm retired	*Tôi đã về hưu*
I'm on a disability pension	*Tôi hưởng trợ cấp tàn tật lương hưu*
I'm a housewife	*Tôi là người nội trợ*
Do you like your job?	*Ông* (m.)/*bà* (f.) *thích công việc của ông* (m.)/*bà* (f.) *không?*
Most of the time	*Thường là thích*
Mostly I do, but I prefer vacations	*Thường là thích, nhưng tôi muốn đi nghỉ mát hơn*

3.2 I beg your pardon?

I don't speak any…/ I speak a little…	*Tôi không nói được tiếng…/Tôi chỉ nói…ít thôi*
I'm American	*Tôi là người Mỹ*
Do you speak English?	*Ông* (m.)*/bà* (f.) *có nói tiếng Anh không?*
Is there anyone who speaks…?	*Ở đây có ai nói tiếng… không?*
I beg your pardon/What?	*Xin lỗi, ông* (m.)*/bà* (f.) *nói gì?/Sao ạ?*
I (don't) understand	*Tôi (không) hiểu*
Do you understand me?	*Ông* (m.)*/bà* (f.) *có hiểu tôi không?*
Could you repeat that, please?	*Làm ơn nhắc lại giùm*
Could you speak more slowly, please?	*Xin nói chậm hơn?*
What does that mean/ that word mean?	*Điều đó nghĩa là gì/Chữ đó nghĩa là gì?*
It's more or less the same as…	*Nó giông giống như…*
Could you write that down for me, please?	*Xin viết ra giùm tôi?*
Could you spell that for me, please?	*Xin đánh vần giùm tôi?*

(See 1.9 Telephone alphabets)

Could you point that out in this phrase book, please?	*Xin ông/bà chỉ ra giùm trong quyển sách này?*
Just a minute, I'll look it up	*Đợi một chút; tôi tìm chữ đó*

I can't find the word/ the sentence	*Tôi không tìm thấy chữ đó/câu đó*
How do you say that in...?	*Xin nói từ đó bằng tiếng...?*
How do you pronounce that?	*Ông* (m.)/*bà* (f.) *phát âm từ đó như thế nào?*

3.3 Starting/ending a conversation

Could I ask you something?	*Tôi hỏi ông* (m.)/*bà* (f.) *điều này được không?*
Excuse me/Pardon me	*Xin lỗi*
Could you help me please?	*Xin giúp giùm tôi?*
Yes, what's the problem?	*Được, có chuyện gì vậy?*
What can I do for you?	*Ông* (m.)/*bà* (f.) *cần gì?*
Sorry, I don't have time now	*Xin lỗi, bây giờ tôi không có thì giờ*
Do you have a light?	*Anh có hộp quẹt không?*
May I join you?	*Cho tôi tham gia với được không?*
Could you take a picture of me/us?	*Xin chụp hình giùm tôi/chúng tôi*
Leave me alone	*Đừng làm phiền tôi*
Get lost!	*Đi đi!*
Go away or I'll scream	*Đi ngay không tôi la to lên đây*

3.4 A chat about the weather

See also 1.5 The weather

| It's so hot/cold today! | *Hôm nay trời nóng quá/lạnh quá!* |

45

Isn't it a lovely day?	*Hôm nay trời đẹp quá phải không?*
It's so windy/What a storm!	*Trời gió quá/Bão ghê quá!*
All that rain!	*Mưa hoài!*
It's so foggy!	*Trời sương mù nhiều quá*
Has the weather been like this for long?	*Thời tiết như thế này đã lâu chưa?*
How long will this weather continue?	*Thời tiết này sẽ còn kéo dài bao lâu nữa?*
Is it always this hot/ cold here?	*Lúc nào ở đây cũng nóng/lạnh như vậy sao?*
Is it always this dry/ humid here?	*Lúc nào ở đây cũng khô/ẩm thấp như vậy sao?*

3.5 Hobbies

Do you have any hobbies?	*Ông* (m.)/*bà* (f.) *có những sở thích gì?*
I like knitting/ reading/ photography	*Tôi thích đan/đọc sách/nhiếp ảnh*
I enjoy listening to music	*Tôi thích nghe nhạc*
I play the guitar/piano	*Tôi chơi guitar/dương cầm*
I like the cinema	*Tôi thích đi coi phim*
I like traveling/playing sports/going fishing/ going for a walk	*Tôi thích đi du lịch/chơi thể thao/đi câu cá/đi dạo*

3.6 Invitations

| Are you doing anything tonight? | *Đêm nay, ông* (m.)/*bà* (f.) *có làm gì không?* |

Do you have any plans for today/this afternoon/tonight?	*Ông* (m.)/*bà* (f.) *có chương trình gì hôm nay/chiều nay/đêm nay không?*
Would you like to go out with me?	*Tôi muốn mời ông* (m.)/*bà* (f.) *đi chơi với tôi?*
Would you like to go dancing with me?	*Tôi muốn mời cô* (f.)/*anh* (m.) *khiêu vũ với tôi?*
Would you like to have lunch/dinner with me?	*Tôi muốn mời cô* (f.)/*anh* (m.) *ăn trưa với tôi?*
Would you like to come to the beach with me?	*Tôi muốn mời cô* (f.)/*anh* (m.) *đi biển với tôi?*
Would you like to come into town with us?	*Tôi muốn mời cô* (f.)/*anh* (m.) *đi vào thành phố với chúng tôi?*
Would you like to come and see some friends with us?	*Tôi muốn mời cô* (f.)/*anh* (m.) *đến thăm vài người bạn với chúng tôi?*
Shall we dance?	*Chúng ta khiêu vũ nghe?*
– sit at the bar?	*– ngồi ở quầy rượu được không?*
– get something to drink?	*– kiếm thứ gì uống nghe?*
– go for a walk/drive?	*– đi dạo/lái xe dạo chơi nghe?*
Yes, all right	*Được*
Good idea	*Ý kiến rất hay*
No thank you	*Không, cảm ơn*
Maybe later	*Có lẽ, đợi lát nữa*
I don't feel like it	*Tôi thấy không thích lắm*
I don't have time	*Tôi không có thì giờ*
I already have a date	*Tôi đã có hẹn*

| I'm not very good at dancing/volleyball/ swimming | *Tôi khiêu vũ không giỏi/chơi bóng chuyền không giỏi/bơi lội không giỏi* |

3.7 Paying a compliment

You look great!	*Cô* (f.)/*anh* (m.) *trông đẹp quá!*
I like your car!	*Tôi thích chiếc xe của ông* (m.)/*bà* (f.) *lắm!*
You are very nice	*Ông* (m.)/*bà* (f.) *tốt quá*
What a good boy/girl!	*Cháu giỏi quá!*
You're a good dancer	*Anh* (m.)/*cô* (f.) *khiêu vũ giỏi quá*
You're a very good cook	*Cô/bà nấu ăn ngon lắm*
You're a good soccer player	*Anh là cầu thủ rất giỏi*

3.8 Intimate comments/questions

I like being with you	*Tôi thích được đi với anh* (m.)/*em* (f.), *được ở gần bên anh* (m.)/*em* (f.)
I've missed you so much	*Tôi nhớ em* (f.)/*anh* (m.) *rất nhiều*
I dreamt about you	*Tôi nằm mơ thấy em* (f.)/*anh* (m.)
I think about you all day	*Suốt ngày tôi cứ nghĩ đến em* (f.)/*anh* (m.)
I've been thinking about you all day	*Suốt ngày tôi cứ nghĩ đến anh* (m.)/*em* (f.)
You have such a sweet smile	*Em* (f.)/*anh* (m.) *có nụ cười ngọt ngào lắm*
You have such beautiful eyes	*Em* (f.)/*anh* (m.) *có đôi mắt đẹp lắm*

I love you	*Tôi yêu em* (f.)/*anh* (m.)
I'm fond of you	*Tôi mến thích em* (f.)/*anh* (m.)
I'm in love with you	*Anh* (m.) *yêu em/Em* (f.) *yêu anh*
I'm in love with you too	*Em* (f.) *cũng yêu anh/Anh* (m.) *cũng yêu em*
I don't feel as strongly about you	*Tôi không hợp lắm với anh* (m.)/*em* (f.) *đâu*
I already have a girlfriend/ boyfriend	*Tôi đã có bạn gái/bạn trai rồi*
I'm not ready for that	*Tôi chưa thể tính chuyện ấy được*
I don't want to rush into it	*Tôi không muốn vội vã*
Take your hands off me	*Bỏ tay khỏi người tôi ngay*
Okay, no problem	*Được*
Will you spend the night with me?	*Em* (f.)/*anh* (m.) *ngủ qua đêm với tôi nghe?*
I'd like to go to bed with you	*Tôi thích đi ngủ với em* (f.)/*anh* (m.)
Only if we use a condom	*Với điều kiện chúng ta phải dùng "bao cao su"*
We have to be careful about AIDS	*Chúng ta phải cẩn thận về bệnh AIDS*
That's what they all say	*Ai cũng nghĩ như vậy cả*
We shouldn't take any risks	*Chúng ta không nên liều lĩnh*
Do you have a condom?	*Anh có "bao cao su" không?*
No? Then the answer's no	*Không à? Vậy thì không thể được*

3.9 Congratulations and condolences

Happy birthday/many happy returns/happy [name] day	*Chúc mừng sinh nhật*
Please accept my condolences	*Tôi xin chân thành chia buồn*
My deepest sympathy	*Tôi xin chân thành chia buồn*

3.10 Arrangements

When will I see you again?	*Khi nào tôi gặp lại cô* (f.)/*anh* (m.) *được?*
Are you free over the weekend?	*Cuối tuần, anh* (m.)/*cô* (f.) *có rảnh không?*
What's the plan, then?	*Vậy chúng ta sẽ làm gì?*
Where shall we meet?	*Chúng ta sẽ gặp nhau ở đâu?*
Will you pick me/us up?	*Anh* (m.)/*Chị* (f.) *đón tôi/chúng tôi chứ?*
Shall I pick you up?	*Tôi đến đón cô* (f.)/*anh* (m.) *nghe?*
I have to be home by...	*Tôi phải về nhà trước...*
I don't want to see you anymore	*Tôi không muốn gặp anh* (m.)/*cô* (f.) *nữa*

3.11 Being the host(ess)

See also 4 Eating Out

Can I offer you a drink?	*Tôi mời ông* (m.)/*bà* (f.) *uống chút gì nhé?*

What would you like to drink?	**Ông** (m.)/**bà** (f.) *thích uống gì?*
Something non-alcoholic, please	***Xin cho tôi món gì không có chất cồn***
Would you like a cigarette/cigar?	***Mời ông/bà hút thuốc/xì-gà?***
I don't smoke	***Tôi không hút thuốc***

Small Talk

3

3.12 Saying good-bye

Can I take you home?	***Tôi đưa cô*** (f.)/***anh*** (m.) ***về nhà nghe?***
Can I write/call you?	***Tôi viết thư/gọi điện thoại cho cô*** (f.)/***anh*** (m.) ***được không?***
Will you write to me/call me?	***Cô*** (f.)/***anh*** (m.) ***viết thư/điện thoại cho tôi nghe?***
Can I email/chat with you?	***Tôi email/chat với cô*** (f.)/***anh*** (m.) ***được không?***
Can I have your address/phone number?	***Cô*** (f.)/***anh*** (m.) ***cho tôi địa chỉ/số điện thoại được không?***
Can I have your email address/chat nick?	***Cô*** (f.)/***anh*** (m.) ***cho tôi địa chỉ email/nick chat được không?"***
Thanks for everything	***Cảm ơn những gì cô*** (f.)/***anh*** (m.) ***đã dành cho tôi***
It was a lot of fun	***Vui thiệt***
Say hello to…	***Cho tôi gởi lời thăm…***
All the best	***Chúc anh*** (m.)/***cô*** (f.) ***mọi điều tốt lành***
Good luck	***Chúc may mắn***

When will you be back?	***Khi nào anh*** (m.)/***cô*** (f.) ***trở lại?***
I'll be waiting for you	***Tôi sẽ chờ anh*** (m.)/***cô*** (f.)
I'd like to see you again	***Tôi mong được gặp lại anh*** (m.)/***cô*** (f.)
I hope we meet again soon	***Tôi hy vọng chúng ta sớm gặp lại nhau***
Here's our address. If you're ever in the United States...	***Đây là địa chỉ của chúng tôi. Nếu cô*** (f.)/***anh*** (m.) ***có dịp sang Mỹ...***
You'd be more than welcome	***Chúng tôi hân hạnh đón tiếp cô*** (f.)/ ***anh*** (m.)

4 Eating Out

4. Eating Out

● **In Vietnam** people usually have three meals. ***Bữa sáng*** (breakfast) is eaten sometime between 6 and 8 am. It usually consists of Vietnamese soup and tea. ***Bữa trưa*** (lunch), traditionally eaten at home between 11.30 am and 1.30 pm, includes steamed rice, soup, and a hot dish. Offices are often closed but shops are still open. School children generally return home at lunchtime. ***Bữa tối*** (dinner), at around 6 or 7 pm, is the important meal, often including fish or meat and steamed rice.

The life of an average Vietnamese family is simple in every way. An ordinary meal consists of steamed rice and three other dishes, one salted, one fried or roasted, and a vegetable soup. The soup takes the place of a beverage, since no drink is served. The salted dish is usually a local fish. Meat is served once or twice a week. The second dish is a vegetable stir-fried or cooked with fish or bits of meat. The vegetables most commonly used are bean sprouts, eggplant, squash, sweet potato, manioc, soybean, lettuce, cabbage, and corn. Pork is the favorite meat. Beef is often served, but lamb is disliked by some. Duck and chicken are served on special occasions. Fish sauce, ***nước mắm***, is an inevitable accompaniment of all meals and is served in a little dish beside each plate. Since it is quite salty, it is usually the only seasoning provided; some red pepper may be crushed into it.

Most restaurants have a cover charge which includes a service charge.

4.1 At the restaurant

I'd like to reserve a table for seven o'clock, please	*Tôi muốn giữ chỗ một bàn lúc 7 giờ*
A table for two, please	*Xin cho một bàn hai người*
We've/We haven't reserved	*Chúng tôi đã/không có giữ chỗ trước*

Ông (m.)/**bà** (f.) *có giữ chỗ trước không?*	Do you have a reservation?
Xin cho biết tên?	What name please?
Xin đi lối này	This way, please
Bàn này có người giữ chỗ rồi	This table is reserved
Mười lăm phút nữa chúng tôi sẽ có bàn trống	We'll have a table free in fifteen minutes
Xin vui lòng đợi?	Would you mind waiting?

Is the restaurant open yet?	*Tiệm ăn mở cửa chưa?*
What time does the restaurant open?/What time does the restaurant close?	*Mấy giờ tiệm ăn mở cửa?/Mấy giờ tiệm ăn đóng cửa?*
Can we wait for a table?	*Chúng tôi đợi bàn được không?*
Do we have to wait long?	*Chúng tôi phải chờ lâu không?*
Is smoking allowed here?	*Ở đây có cho hút thuốc không?*
Smoking is/isn't allowed here	*Ở đây được/không được hút thuốc*
Is this seat taken?	*Chỗ này có ai ngồi không?*
Could we sit here/there?	*Chúng tôi ngồi đây/đàng kia được không?*
Can we sit by the window?	*Chúng tôi ngồi bên cửa sổ được không?*
Are there any tables outside?	*Có bàn bên ngoài không?*
Do you have another chair for us?	*Cho chúng tôi thêm một cái ghế được không?*

Do you have a high chair?	*Có ghế cao cho em nhỏ ngồi không?*
Is there a socket for this bottle-warmer?	*Có chỗ cắm điện bình giữ nóng này không?*
Could you warm up this bottle/jar for me?	*Xin hâm nóng chai này/hũ này giùm tôi?*
Not too hot, please	*Xin đừng làm nóng quá*
Is there somewhere I can change the baby's diaper?	*Có chỗ nào cho tôi thay tã em bé không?*
Where are the restrooms?	*Phòng vệ sinh ở đâu?*

4.2 Ordering

Waiter/Waitress!	*Anh ơi!/Cô ơi!*
Madam!	*Thưa bà!*
Sir!	*Thưa ông!*
We'd like something to eat/drink	*Cho chúng tôi món gì ăn/uống đi*
Could I have a quick meal?	*Cho tôi ăn món gì nhanh nhanh?*
We don't have much time	*Chúng tôi không có nhiều thì giờ*
We'd like to have a drink first	*Chúng tôi muốn có cái gì uống trước*
Could we see the menu/ wine list, please?	*Xin cho chúng tôi xem thực đơn/ bản ghi các món rượu*
Do you have a menu in English?	*Tiệm ăn có thực đơn bằng tiếng Anh không?*
Can you show me the live seafood tank?	*Tôi muốn xem bể nuôi hải sản tươi sống*

Do you have a dish of the day/a tourist menu?	*Tiệm ăn có món ăn đặc biệt trong ngày/ thực đơn dành cho du khách không?*
Do you have a vegeterian menu/dish?	*Tiệm nhà có món/thực đơn ăn chay không?*
We haven't made a choice yet	*Chúng tôi chưa chọn xong*
What do you recommend?	*Anh* (m.)/*cô* (f.) *đề nghị món gì?*
What are the local/ your specialties?	*Vùng này/Nhà hàng có món gì đặc biệt?*
I don't like meat/fish	*Tôi không thích thịt/cá*
What's this?	*Món này là món gì?*
Does it have...in it?	*Trong món này, có...không?*
Is it stuffed with...?	*Có phải nó được nhồi với...không?*
What does it taste like?	*Cái vị của nó như thế nào?*
Is this a hot or cold dish?	*Món này là món nóng hay món lạnh?*
Is this sweet/hot/spicy?	*Món này có ngọt/cay/nhiều gia vị không?*
Do you have anything else, by any chance?	*Ông* (m.)/*bà* (f.) *có món gì khác nữa không?*
I'm on a salt-free diet	*Tôi kiêng ăn muối*
I can't eat pork	*Tôi không ăn thịt heo được*
I can't have sugar	*Tôi không ăn đường được*
I'm on a fat-free diet	*Tôi kiêng ăn dầu mỡ*
I can't have spicy food	*Tôi không ăn thức ăn nhiều gia vị được*
No MSG in....., please	*Xin đừng bỏ mì chính vào...*

Ông/bà thích ăn gì?	What would you like?
Ông/bà đã chọn xong chưa?	Have you decided?
Ông/bà muốn uống món gì trước không?	Would you like a drink first?
Ông/bà thích uống gì?	What would you like to drink?
Chúng tôi hết...rồi	We've run out of…
Chúc ông/bà ăn ngon	Enjoy your meal/Bon appetit
Mọi thứ đều tốt cả chứ?	Is everything all right?
Cho phép tôi dọn bàn?	May I clear the table?

We'll have what those people are having — *Chúng tôi muốn ăn những món những người kia đang ăn*

I'd like… — *Cho tôi...*

Could I have some more bread, please? — *Xin cho tôi thêm bánh mì?*

Could I have another bottle of water/wine, please? — *Cho tôi thêm một chai nước/rượu?*

Could I have another portion of..., please? — *Cho tôi thêm một phần...nữa?*

Could I have the salt and pepper, please? — *Cho tôi muối và tiêu?*

Could I have a napkin, please? — *Cho tôi một khăn ăn?*

Could I have a teaspoon, please? — *Cho tôi một cái muỗng cà phê?*

Could I have an ashtray, please? — *Cho tôi cái gạt tàn?*

Could I have some matches, please?	*Cho tôi diêm quẹt?*
Could I have some toothpicks, please?	*Cho tôi tăm xỉa răng?*
Could I have a glass of water, please?	*Cho tôi một ly nước?*
Could I have a straw, please?	*Cho tôi một cái ống hút?*
Enjoy your meal/Bon appetit!	*Chúc ông* (m.)/*bà* (f.) *ăn ngon!*
You too!	*Bà* (f.)/*ông* (m.) *cũng vậy!*
Cheers!	*Xin mời!*
The next round's on me	*Đợt tới để tôi tính tiền*
Could we have a doggy bag, please?	*Cho tôi xin túi đựng thức ăn dư này về*

4.3 The bill

See also 8.2 Settling the bill

How much is this dish?	*Món này bao nhiêu tiền?*
Could I have the bill, please?	*Làm ơn tính tiền cho tôi?*
All together	*Tính chung*
Everyone pays separately/ let's go Dutch	*Mọi người trả tiền riêng/Chia đều cho tất cả, ai cũng trả như nhau*
Separate checks, please	*Làm ơn tính tiền riêng cho từng người*
It's on me/my treat this time	*Lần này tôi mời/tôi bao*

| Could we have the menu again, please? | *Cho tôi mượn lại thực đơn?* |
| The...is not on the bill | *Món...không thấy ghi trong giấy tính tiền* |

4.4 Complaints

It's taking a very long time	*Lâu quá*
We've been here an hour already	*Chúng tôi ở đây một giờ rồi*
This must be a mistake	*Đây là chuyện lầm lẫn*
This is not what I ordered	*Món này không phải món tôi gọi*
I ordered...	*Tôi đã gọi...*
There's a dish missing	*Thiếu một món*
This is broken/not clean	*Cái này bị bể/không được sạch*
The food's cold	*Thức ăn nguội quá*
The food's not fresh	*Thức ăn không tươi*
The food's too salty/sweet/spicy	*Thức ăn quá mặn/ngọt/nhiều gia vị*
The meat's too rare	*Thịt quá sống*
The meat's overdone	*Thịt nấu quá chín*
The meat's tough	*Thịt quá dai*
The meat is off/has gone bad	*Thịt này hư rồi*
Could I have something else instead of this?	*Thay vì món này, cho tôi món khác?*

The bill/this amount is not right	*Hoá đơn/món tiền này không đúng*
We didn't have this	*Chúng tôi đâu có ăn món này*
There's no toilet paper in the restroom	*Phòng vệ sinh hết giấy vệ sinh rồi*
Will you call the manager, please?	*Xin gọi quản lý giùm?*

4.5 Paying a compliment

That was a wonderful meal	*Bữa ăn ngon quá*
The food was excellent	*Thức ăn ngon quá*
The...in particular was delicious	*Đặc biệt món...rất ngon*

4.6 The menu

bánh mì bread	**món khai vị** starter/hors d'oeuvres	**rượu mùi** liqueur (after dinner)
bánh ngọt/thức ăntráng miệng cakes/desserts	**món đầu tiên** first course	**thịt** meat
cá fish	**món đặc biệt** specialties	**thịt rừng** game
gà chicken	**món phụ** side dishes	**tiền phục vụ (tính chung)** service charge (included)
kem ice cream	**phó mát/phô mai** cheese	**trái cây** fruit
món ăn chơi snacks	**rau** vegetables	

món chính	*rau trộn/gỏi*	*xúp*
main course	salad	soup

4.7 Alphabetical list of drinks and dishes

Drinks	*Thức uống*
alcohol	*rượu*
beer	*bia*
black coffee	*cà phê đen*
champagne	*rượu sâm banh*
coconut milk	*nước dừa*
cocktail	*cốc-tai*
coffee	*cà phê*
condensed milk	*sữa đặc*
gin	*rượu trắng*
ice	*nước đá*
lemonade	*nước chanh*
mineral water	*nước suối*
orange juice	*nước cam*
soft drink	*nước ngọt*
tea	*trà*
white coffee	*cà phê sữa*

Dishes	*Món ăn*
abalone	*bào ngư*
bean sauce	*nước sốt đậu*
beef	*thịt bò*

bread	*bánh mì*
butter	*bơ*
cheese	*phó mát, phô mai*
chicken	*thịt gà*
chili	*ớt*
chili sauce	*tương ớt*
crab	*cua*
duck	*thịt vịt*
(to) debone	*rút xương*
debone chicken	*gà rút xương*
debone duck	*vịt rút xương*
eel	*lươn*
egg	*trứng*
fish	*cá*
fish sauce	*nước mắm*
fried fish	*cá chiên*
frog	*ếch*
garlic	*tỏi*
ginger	*gừng*
goose	*ngỗng*
grilled fish	*cá nướng*
lobster	*tôm hùm*
meat	*thịt*
MSG	*bột ngọt/mì chính*
noodle	*bún, mì, bánh phở*
noodle soup (Vietnamese style)	*phở*

onion	*hành*
oyster	*sò*
pepper	*tiêu*
pigeon	*bồ câu*
pork	*thịt heo*
quail	*chim cút*
rice (uncooked)	*gạo*
rice (cooked)	*cơm*
roast chicken	*gà quay*
roast pigeon	*bồ câu quay*
roast pork	*heo quay*
salt	*muối*
shrimp	*tôm*
soup	*xúp, cháo*
soy sauce	*nước tương*
squid	*mực*
steamed fish	*cá hấp*
steamed rice	*cơm*
sugar	*đường*
turkey	*gà tây*
vegetables	*rau*
vegetable soup	*canh*
Vietnamese style noodle soup with beef/chicken	*phở bò/gà*
wheat	*lúa mì*
wheat flour	*bột mì*
yogurt	*sữa chua, da-ua (yaourt)*

5 Getting Around

5. Getting Around

5.1 Asking directions

Excuse me, could I ask you something?	*Xin lỗi, cho tôi hỏi thăm?*
I've lost my way	*Tôi bị lạc đường*
Is there a...around here?	*Ở gần đây, có...không?*
Is this the way to...?	*Có phải đường này đi...không?*
Could you tell me how to get to...?	*Xin chỉ giùm tôi cách đi...?*
What's the quickest way to...?	*Đường nào nhanh nhất đi...?*
How many kilometers is it to...?	*Từ đây đi...bao nhiêu cây số?*
Could you point it out on the map?	*Xin chỉ giùm trên bản đồ nầy*

Tôi không biết, tôi không biết đường trong vùng này	I don't know, I don't know my way around here
Ông/bà đi lộn đường rồi	You're going the wrong way
Ông/bà phải quay lại...	You have to go back to...
Từ đó cứ theo bảng chỉ đường	From there on just follow the signs
Khi đến đó, hỏi đường lần nữa	When you get there, ask again

bảng chỉ về... signs pointing to...	**băng ngang** cross	**cầu vượt** overpass
bảng nhường đường "yield" sign	**cầu** bridge	**ở góc đường** at the corner
đèn đường traffic light	**đi theo** follow	**quẹo/rẽ phải** turn right
thẳng về phía trước straight ahead	**đường/phố** road/street	**quẹo/rẽ trái** turn left
lối băng qua đường grade crossing	**đường hầm** tunnel	**sông** river
ngã tư/giao lộ intersection/crossroads	**mũi tên** arrow	**toà nhà** building

5.2 Traffic signs

bãi đậu xe tính tiền/ chỗ đậu xe dành riêng cho... paying car park/ parking reserved for	**đậu xe có thời hạn** parking for a limited period	**cấm người xin quá giang** no hitchhiking
bật đèn pha lên (trong đường hầm) turn on headlights (in the tunnel)	**đi bên phải/trái** keep right/left	**khúc quẹo cấm vào** impassable shoulder
bùng binh/lối đi dành cho người đi bộ traffic island/ pedestrian walk	**đổi tuyến đường** change lanes	**lệ phí cầu đường** toll payment
khu vực xe bị kéo đi (cả hai bên đường) tow-away area (both sides of the road)	**cấm choán đường** do not obstruct	**lối đi khẩn cấp** emergency lane
	đường bị chận road blocked	**lối ra** exit
	đường bị bít road closed	**mưa khoảng... cây số** rain for...kms
	đường đang sửa chữa road works	

**cấm vào/
cấm người đi bộ**
no access/no
  pedestrian access

chạy chậm lại
slow down

**chỗ đường xe lửa
băng qua**
grade crossing

coi chừng, đá rơi
beware, falling rocks

đường ngoằn nghoèo
curves

**giúp đỡ bên đường
(giúp các xe bị hư)**
road assistance
  (breakdown service)

đường gồ ghề
broken/uneven surface

**nhà xe có người trông
coi/chỗ đậu xe**
supervised garage/
  parking lot

cấm vào
no entry

đường hầm
tunnel

đường hẹp
narrowing in the
  road

đường một chiều
one way

giao lộ/ngã tư
intersection/
  crossroads

**không được quẹo
phải/ trái**
no right/left turn

**cấm vượt qua/cấm
đậu xe**
no passing/no
  parking

chiều cao tối đa...
maximum
  headroom…

lối xe ra vào
driveway

ngừng
stop

**nhà xe có người
trông coi/chỗ
đậu xe**
supervised
  garage/
  parking lot

nguy hiểm
danger(ous)

quẹo vòng
detour

tốc độ tối đa
maximum speed

trạm xăng
service station

xe tải nặng
heavy truck

coi chừng
beware

5.3 The car

See the diagram on page 71

● **Speed limits** are generally 40 km/h for cars, but 60 km/h on
all main, non-urban highways. Drivers regularly use the horn to
warn other vehicles or motorcycles on roads. Give way to vehicles
coming from the right unless otherwise indicated. Generally,
turning right when the red light is on, is not allowed unless indi-
cated by the traffic sign or light.

5.4 The petrol station

● **The cost of petrol** in Vietnam is low, around VN$21,000 per liter, or US$3.80 per gallon. In an effort to better control air pollution, lead petrol has been banned from traffic use.

How many kilometers to the next petrol station, please?	*Còn bao nhiêu cây số nữa thì có trạm xăng*
I would like...liters of...	*Cho tôi...lít...*
– super	*– xăng super*
– leaded	*– xăng có chì*
– unleaded	*– xăng không chì*
– diesel	*– dầu mazut - diezel*
...worth of gas	*...đồng tiền xăng*
Fill her up, please	*Xin đổ đầy bình*
Could you check...?	*Xin kiểm tra...?*
– the oil level	*– mức dầu*
– the tire pressure	*– hơi bánh xe*
Could you change the oil, please?	*Xin thay nhớt giùm?*
Could you clean the windshield, please?	*Xin lau kính chắn gió giùm?*
Could you wash the car, please?	*Xin rửa xe giùm?*

The parts of a car

(the diagram shows the numbered parts)

1	battery	*bình điện*
2	rear light	*đèn hậu*
3	rear-view mirror	*kính chiếu hậu*
	backup light	*đèn lùi*
4	aerial	*ăng ten*
	car radio	*radio xe*
5	gas tank	*bình xăng*
6	spark plugs	*bu gi*
	fuel pump	*đồ bơm xăng*
7	side mirror	*gương/kính bên hông xe*
8	bumper	*ba-đờ-sốc*
	carburettor	*bình xăng con*
	crankcase	*hộp ma-ni-ven*
	cylinder	*xi lanh*
	ignition	*chỗ khởi động/công tắc đề máy*
	warning light	*đèn báo hiệu*
	generator	*đinamô*
	accelerator	*chân ga*
	handbrake	*thắng tay*
	valve	*van*
9	muffler	*ống giảm thanh*
10	trunk	*cốp xe*
11	headlight	*đèn trước của xe*
	crank shaft	*cần quay ma-ni-ven*
12	air filter	*bộ phận lọc gió*
	fog lamp	*đèn chống sương mù*
13	engine block	*máy xe*
	camshaft	*cốt cam*
	oil filter/pump	*đồ lọc dầu/ bơm dầu*
	dipstick	*cây thăm độ dầu*
	pedal	*bàn đạp*
14	door	*cửa*
15	radiator	*két nước giải nhiệt*
16	brake disc	*dĩa thắng*
	spare wheel	*bánh xe dự phòng/xơ cua*
17	indicator	*đồng hồ báo hiệu*
18	windshield wiper	*cần gạt nước*
19	shock absorbers	*giàn nhún*
	sunroof	*mái thông sáng*
	spoiler	*đuôi xe*
20	steering column	*trục cần lái*
	steering wheel	*tay lái*

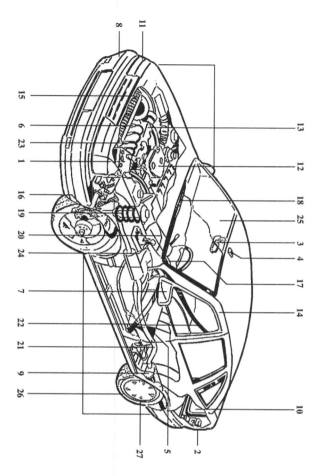

21	exhaust pipe	*ống bô/ống xả khói*
22	seat belt	*dây đai an toàn*
	fan	*quạt*
23	distributor cables	*cáp bu gi*
24	gear shift	*cần sang số*
25	windshield	*kính chắn gió*
	water pump	*bơm nước*
26	wheel	*bánh xe*
27	hubcap	*nắp đậy/chụp mâm bánh xe*
	piston	*pít tông*

5.5 Breakdowns and repairs

I've broken down, could you give me a hand?	*Xe tôi bị hư, xin giúp giùm tôi?*
I've run out of petrol	*Tôi bị hết xăng*
I've locked the keys in the car	*Tôi để quên chìa khoá xe trong xe*
The car/motorbike/ moped won't start	*Xe/xe gắn máy không đề được*
Could you contact the breakdown service for me, please?	*Xin liên lạc trạm giúp đỡ xe bị hư giùm tôi?*
I've got a flat tire	*Xe tôi bị xịt lốp*
Could you call a garage for me, please?	*Xin gọi một tiệm sửa xe giùm tôi?*
Could you give me a lift to...	*Xin cho tôi quá giang đến...*
– the nearest garage?	*– tiệm sửa xe gần nhất?*
– the nearest town?	*– thị trấn gần nhất?*
– the nearest telephone booth?	*trạm điện thoại gần nhất?*
– the nearest emergency phone?	*trạm điện thoại khẩn cấp gần nhất?*
Can we take my moped?	*Chúng ta dùng xe gắn máy của tôi được không?*
Could you tow me to a garage?	*Xin kéo dùm xe tôi đến tiệm sửa xe?*
There's probably something wrong with... (See pages 70–71)	*Có lẽ...có gì trục trặc*

Can you fix it?	*Ông sửa được không?*
Could you fix my tire?	*Ông sửa vỏ xe giùm tôi?*
Could you change this wheel?	*Xin thay bánh xe này?*
Can you fix it so it'll get me to...?	*Ông có thể sửa để tôi chạy tạm đến... được không?*
Which garage can help me?	*Tiệm sửa xe nào giúp tôi được?*
When will my car/bicycle be ready?	*Khi nào xe của tôi/xe đạp của tôi sửa xong?*
Have you already finished?	*Anh đã làm xong chưa?*
Can I wait for it here?	*Tôi ở đây đợi lấy xe được không?*
How much will it cost?	*Sửa thế hết bao nhiêu tiền?*
Could you itemize the bill?	*Xin ghi rõ từng món trong hoá đơn?*
Could you give me a receipt for insurance purposes?	*Xin cho tôi giấy biên nhận để khai bảo hiểm?*

 Bicycles/mopeds

See the diagram on page 75

● **Bicycles can be hired** in most Vietnamese towns. However, bicycle paths are rare in Vietnam.

| *Tôi không có đồ phụ tùng cho xe/ xe đạp của ông/bà* | I don't have parts for your car/bicycle |
| *Tôi phải mua phụ tùng từ nơi khác* | I have to get the parts from somewhere else |

The parts of a bicycle

(The diagram shows the numbered parts)

1	rear light	*đèn đuôi*
2	rear wheel	*bánh sau*
3	(luggage) carrier	*ba ga*
4	fork	*cổ xe/cồn phuốc*
5	bell	*chuông*
	inner tube	*ruột bánh xe*
	tire	*vỏ xe*
6	pedal crank	*giò đạp*
7	gear change	*bộ sang số*
	wire	*dây cáp*
	generator	*bình điện*
	frame	*sườn xe*
8	wheel guard	*gác-dờ-bu*
9	chain	*dây xích*
	chain guard	*chắn xích*
	odometer	*đồng hồ tốc độ*
	child's seat	*chỗ ngồi trẻ em*
10	headlight	*đèn trước*
	bulb	*bóng đèn*
11	pedal	*bàn đạp*
12	pump	*ống bơm*
13	reflector	*kính phản quang*
14	brake shoe	*má phanh/càng thắng*
15	brake cable	*dây thắng*
16	anti-theft device	*khoá xe*
17	carrier straps	*dây cột đồ*
	tachometer	*máy đo tốc độ*
18	spoke	*căm xe*
19	mudguard	*chắn bùn/vè*
20	handlebar	*tay lái*
21	chain wheel	*đĩa xích*
	toe clip	*gác chân*
22	axle	*trục*
	drum brake	*thắng mâm*
23	rim	*niềng xe/vành xe*
24	valve	*van*

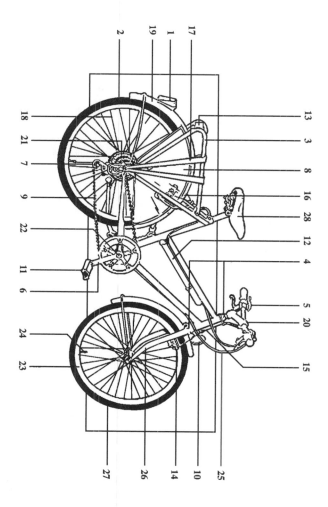

25	gear cable	*dây sang số*
26	fork	*càng xe/phuộc trước*
27	front wheel	*bánh trước*
28	seat	*yên xe*

Tôi đã đặt mua đồ phụ tùng	I have to order the parts
Phải mất nửa ngày	That'll take half a day
Phải mất một ngày	That'll take a day
Phải mất vài ngày	That'll take a few days
Phải mất một tuần	That'll take a week
Xe của ông hư luôn rồi	Your car is a write-off
Nó không thể sửa được nữa	It can't be repaired
Xe hơi/xe gắn máy/xe đạp sẽ sẵn sàng lúc...giờ	The car/motorcycle/ moped/ bicycle will be ready at...o'clock

5.7 Renting a vehicle

I'd like to rent a...	**Tôi muốn thuê một...**
Do I need a (special) license for that?	**Tôi có cần bằng lái (đặc biệt) gì không?**
I'd like to rent the...for...	**Tôi muốn thuê...trong...**
the...for a day	**...trong một ngày**
the...for two days	**...hai ngày**
How much is that per day/week?	**Tiền thuê bao nhiêu một ngày/tuần?**
How much is the deposit?	**Tiền đặt cọc bao nhiêu?**
Could I have a receipt for the deposit?	**Cho tôi giấy biên nhận đóng tiền cọc?**
How much is the surcharge per kilometer?	**Mỗi cây số tính phụ phí bao nhiêu tiền?**
Does that include insurance?	**Giá đó có tính luôn bảo hiểm không?**

Does that include gas?	*Giá đó có tính luôn tiền xăng không?*
Do you have helmets for rent? How much is the rate?	*Có mũ bảo hiểm cho thuê không? Giá thuê bao nhiêu?*
What time can I pick the...up?	*Mấy giờ tôi có thể lấy...được?*
When does the...have to be back?	*Khi nào...phải trả về?*
Where's the gas tank?	*Bình xăng ở đâu?*
What sort of fuel does it take?	*Xe này dùng nhiên liệu gì?*

Local motor taxi – xe ôm

A local motor taxi—**xe ôm**—is popular in most urban cities and could be a fun, convenient and economical way to get around town or to travel short distances under 30 miles. Safety can be a concern, though. Ask around for "references" when sourcing for a safe **xe ôm** driver, and make sure to use a helmet when riding—most of the **xe ôm** drivers carry extra helmets for their passengers.

Please slow down, I am scared	*Làm ơn chạy chậm lại, tôi sợ*
Do you have a helmet for me?	*Anh có mũ bảo hiểm cho tôi không?*
This helmet is too big/ small for me	*Mũ này rộng/chật quá*
Please find another one to fit me	*Làm ơn kiếm cái khác vừa cho tôi*

5.8 Hitchhiking

Where are you heading?	**Ông** (m.)/**bà** (f.) **đi về đâu?**
Can you give me a lift?	**Cho tôi quá giang được không?**
Can my friend come too?	**Cho bạn tôi đi cùng được không?**
I'd like to go to...	**Tôi muốn đi...**
Is that on the way to...?	**Có phải xe trên đường đi...không?**
Could you drop me off...?	**Xin cho tôi xuống tại...?**
Could you drop me off here?	**Xin cho tôi xuống đây**
– at the entrance to the highway	**– ở chỗ vào xa lộ**
– in the center	**– ở trung tâm**
– at the next intersection	**– ở giao lộ sắp tới**
Could you stop here, please?	**Xin ngừng ở đây?**
I'd like to get out here	**Tôi muốn xuống ở đây**
Thanks for the lift	**Cảm ơn đã cho tôi quá giang**

6 Arrival and Departure

6. Arrival and Departure

6.1 General

● **Bus tickets** are purchased as you get on the bus.

Xe lửa (...giờ) đi...bị trễ (khoảng)...phút	The [time] train to...has been delayed by (about)...minutes
Xe lửa đi...đang đến ke ga...	The train to...is now arriving at platform...
Xe lửa đến từ...đang đến ke ga...	The train from...is now arriving at platform...
Xe lửa đi...sẽ khởi hành từ ke ga...	The train to...will leave from platform...
Hôm nay xe lửa (...giờ) đi... sẽ rời ke ga...	Today the [time] train to... will leave from platform...
Ga kế tiếp là...	The next station is...

Where does this train go to?	*Xe lửa này đi đâu?*
Does this boat go to...?	*Tàu này có đi...không?*
Can I take this bus to...?	*Xe buýt này có đi...không?*
Does this train stop at...?	*Xe lửa này có ngừng ở...không?*
Is this seat taken/free/ reserved?	*Chỗ này có ai ngồi không/trống không/ dành riêng cho ai không?*
I've reserved...	*Tôi đã giữ chỗ...*
Could you tell me where I have to get off for...?	*Xin chỉ giùm, muốn đi...thì tôi xuống ở đâu?*

Could you let me know when we get to...?	*Xin cho tôi biết khi nào thì chúng ta đến...?*
Could you stop at the next stop, please?	*Xin ngừng ở trạm kế tiếp?*
Where are we?	*Chúng ta đang ở đâu?*
Do I have to get off here?	*Tôi có phải xuống ở đây không?*
Have we already passed...?	*Chúng ta qua...chưa?*
How long have I been asleep?	*Tôi ngủ bao lâu rồi vậy?*
How long does the train stop here?	*Xe lửa ngừng ở đây bao lâu?*
Can I come back on the same ticket?	*Tôi dùng vé này trở về được không?*
Can I change on this ticket?	*Tôi đổi tuyến đường bằng vé này được không?*
How long is this ticket valid for?	*Vé này có giá trị bao lâu?*
How much is the extra fare for the hi-speed train?	*Vé đi xe lửa tốc hành phải trả thêm bao nhiêu tiền?*
This is my e-ticket which I bought online	*Đây là vé điện tử tôi đã mua qua mạng*

6.2 Customs

● **By law** you must always carry with you an identification document and, if driving, your driving license. If visitors plan to stay at any place, they have to report to the police station.

Import and export specifications:

Foreign currency	limited at US$3,000
Alcohol	1 liter spirits or liquor, 2 liters wine or fortified wine
Tobacco	200 cigarettes, 50 cigars, 250g tobacco

Xin trình hộ chiếu	Your passport, please
Thẻ xanh đâu?	Your green card, please
Giấy tờ xe	Your vehicle documents, please
Chiếu khán	Your visa, please
Ông/bà đi đâu?	Where are you going?
Ông/bà tính ở lại đây bao lâu?	How long are you planning to stay?
Ông/bà có thứ gì cần khai báo không?	Do you have anything to declare?
Xin mở cái này ra	Open this, please

My children are entered on this passport	**Các con của tôi có tên trong hộ chiếu này**
I'm traveling through…	**Tôi đi du lịch qua...**
I'm going on vacation to...	**Tôi đi nghỉ mát ở...**
I'm on a business trip	**Tôi đi công tác**
I don't know how long I'll be staying	**Tôi không biết tôi sẽ ở lại bao lâu**
I'll be staying here for a weekend	**Tôi sẽ ở lại đây cuối tuần**
I'll be staying here for a few days	**Tôi sẽ ở lại đây vài ngày**
I'll be staying here a week	**Tôi sẽ ở lại đây một tuần**

I'll be staying here for two weeks	*Tôi sẽ ở lại đây hai tuần*
I've got nothing to declare	*Tôi không có gì khai báo*
I have...	*Tôi có...*
– a carton of cigarettes	*– một cây thuốc lá*
– a bottle of...	*– một chai...*
– some souvenirs	*– một vài món quà lưu niệm*
These are personal items	*Những món này là vật dụng cá nhân*
These are not new	*Những thứ này không mới*
Here's the receipt	*đây là biên nhận*
This is for private use	*Món này là đồ dùng cá nhân*
How much import duty do I have to pay?	*Tôi phải trả thuế nhập cảng bao nhiêu?*
May I go now?	*Bây giờ tôi đi được chưa?*

6.3 Luggage

Porter!	*Anh ơi!*
Could you take this luggage to...?	*Anh đưa hành lý này đến...giùm*
How much do I owe you?	*Tôi phải trả anh bao nhiêu?*
Where can I find a cart?	*Tôi tìm xe đẩy ở đâu?*
Could you store this luggage for me?	*Xin cất hành lý này vào kho giùm tôi?*

Where are the luggage lockers?	*Tủ khóa đựng hành lý ở đâu?*
I can't get the locker open	*Tôi không mở tủ hành lý được*
How much is it per item per day?	*Mỗi món gửi mỗi ngày bao nhiêu tiền?*
This is not my bag/suitcase	*Đây không phải là túi xách/va li của tôi*
There's one item/bag/ suitcase missing	*Có một món đồ/túi xách/va li bị mất*
My suitcase is damaged	*Va li của tôi bị làm hư*

 Questions to passengers

Ticket types

Vé hạng nhất hay hạng nhì?	First or second class?
Vé một chuyến hay khứ hồi?	Single or return?
Chỗ hút thuốc hay không hút thuốc?	Smoking or non-smoking?
Chỗ ngồi bên cửa sổ?	Window seat?
Toa trước hay sau?	Front or back (of train)?
Ghế ngồi hay ghế nằm?	Seat or berth?
Trên, giữa, hay dưới?	Top, middle or bottom?
Vé thường hay hạng nhất?	Economy or first class?
Phòng riêng hay chỗ ngồi?	Cabin or seat?
Đơn hay đôi?	Single or double?
Bao nhiêu người cùng đi?	How many are traveling?

Destination

Anh/cô đi về đâu?	Where are you traveling?
Khi nào anh/cô đi?	When are you leaving?
...của anh rời bến lúc...	Your...leaves at...
Anh/cô phải đổi	You have to change
Anh/cô phải xuống xe tại...	You have to get off at...
Anh/cô phải đi qua...	You have to go via...
Chuyến đi khởi hành vào ngày...	The outward journey is on...
Chuyến khứ hồi khởi hành vào ngày...	The return journey is on...
Anh/cô phải lên xe lúc...giờ	You have to be on board by...(o'clock)

Inside the vehicle

Xin cho soát vé!	Tickets, please
Xin cho xem giấy giữ chỗ	Your reservation, please
Xin cho xem hộ chiếu	Your passport, please
Anh/cô ngồi lộn chỗ rồi	You're in the wrong seat
Anh/cô lộn rồi/anh/cô lầm rồi...	You have made a mistake/ You are in the wrong...
Chỗ này đã có người đặt trước rồi	This seat is reserved
Anh/cô phải trả thêm tiền	You'll have to pay extra
...bị trễ...phút	The...has been delayed by... minutes

6.5 Tickets

Arrival and Departure

6

Where can I...?	*Tôi có thể...ở đâu?*
– buy a ticket?	*– mua vé?*
Can I.... online?	*Tôi có thể... qua mạng được không?*
– reserve a seat?	*– giữ chỗ?*
– reserve a flight?	*– đặt vé máy bay?*
Could I have...for...please?	*Cho tôi...đi...*
A single to...	*Một vé đi...*
A return ticket, please	*Một vé khứ hồi*
first class	*hạng nhất*
second class	*hạng nhì*
economy class	*vé thường*
I'd like to reserve a seat/ berth/cabin	*Tôi muốn giữ trước một ghế/ghế nằm/phòng riêng*
I'd like to reserve a top/ middle/bottom berth in the sleeping car	*Tôi muốn giữ ghế nằm ở trên/giữa/ dưới trong toa giường nằm*
smoking/non-smoking	*hút thuốc/không hút thuốc*
by the window	*bên cửa sổ*
single/double	*đơn/đôi*
at the front/back	*ở đằng trước/ ở đằng sau*
There are...of us	*Chúng tôi có...người*
We have a car	*Chúng tôi có xe hơi*
We have a trailer	*Chúng tôi có xe kéo*

We have bicycles	*Chúng tôi có xe đạp*
Do you have a...	*Anh* (m.)/*chị* (f.) *có...*
– travel card for 10 trips?	*– vé đi 10 chuyến không?*
– weekly travel card?	*– vé đi hằng tuần không?*
– monthly season ticket?	*– vé đi hằng tháng không?*
Where's...?	*...ở đâu?*
Where's the information desk?	*Quầy hướng dẫn ở đâu?*

Information

Where can I find a schedule?	*Tôi có thể tìm lịch đi/về ở đâu?*
Where's the...desk?	*Quầy...ở đâu?*
Do you have a city map with the bus/the subway routes on it?	*Anh* (m.)/*chị* (f.) *có bản đồ thành phố với lộ trình xe buýt/xe điện ngầm không?*
Do you have a schedule?	*Anh* (m.)/*chị* (f.) *có bản lịch đi/về không?*
Will I get my money back?	*Tôi lấy tiền lại được không?*
I'd like to confirm/cancel/change my reservation for/trip to...	*Tôi muốn xác nhận/hủy bỏ/thay đổi việc giữ chỗ/chuyến đi...*
I'd like to go to...	*Tôi muốn đi...*
What is the quickest way to get there?	*Đi đến đó cách nào nhanh nhất?*
How much is a single/return to...?	*Vé một lượt/vé khứ hồi đi...bao nhiêu tiền?*

Do I have to pay extra?	*Tôi có phải trả thêm tiền không?*
Can I break my journey with this ticket?	*Tôi có thể dùng vé này chia thành nhiều chặng được không?*
How much luggage am I allowed?	*Tôi được phép đem theo bao nhiêu hành lý?*
Is this a direct train?	*Xe lửa này chạy suốt phải không?*
Do I have to change?	*Tôi có phải đổi xe (lửa) không?*
Where?	*Ở đâu?*
Does the plane stop anywhere?	*Máy bay này có ghé nhiều nơi không?*
Will there be any stopovers?	*Máy bay có ghé nơi nào không?*
Does the boat stop at any other ports on the way?	*Có phải tàu này ghé nhiều bến trên đường đi không?*
Does the train/bus stop at...?	*Xe lửa/xe buýt này có ngừng ở...không?*
Where do I get off?	*Tôi xuống bến nào?*
Is there a connection to...?	*Có chuyến nối tiếp đến... không?*
How long do I have to wait?	*Tôi phải chờ bao lâu?*
When does...leave?	*Khi nào...rời bến?*
What time does the first/ next/last...leave?	*Mấy giờ chuyến...đầu tiên/kế tiếp, cuối cùng rời bến?*
How long does it take?	*Mất bao lâu?*
What time does...arrive in...?	*Mấy giờ...đến...?*
Where does the...to... leave from?	*...đi...rời bến ở đâu?*
Is this the train/bus to...?	*Đây có phải là xe lửa/xe buýt đi...không?*

6.7 Airports

● **On arrival** at a Vietnamese airport, you will find the following signs:

quầy thủ tục check-in	*các chuyến bay quốc nội* domestic flights	*ga đi* arrivals
quốc tế international	*an ninh sân bay* airport security	*ga đến* departures
xuất nhập cảnh immigration		*hải quan* custom

6.8 Trains

● **Traveling by train** in Vietnam is both simple and cheap. There are several types of trains: the regional stops at all stations and is slow; the express stops at major stations only. The United Train (*Tàu Thống Nhất*) is an express service between Hanoi, Hue, Nha Trang and Ho Chi Minh City. Tickets must be checked at the entrance to platforms. E-tickets could be reserved/bought online at: vetau24h.com.

6.9 Taxis

● **There are plenty of taxis** in Vietnamese cities, and they are quite cheap. They can be found at taxi stands, especially at train and bus stations, or you can phone the radio-taxi numbers from a stand or any telephone. Rates are shown on the meter.

trống for hire	*đã có người* occupied	*bến tắc xi* taxi stand

Taxi!	*Tắc xi!*
Could you get me a taxi, please?	*Xin gọi tắc xi giùm tôi*
Where can I find a taxi around here?	*Ở đây tôi có thể kiếm tắc xi ở đâu?*
Could you take me to..., please?	*Xin đưa tôi đến...*
Could you take me to this address, please	*Xin đưa tôi đến địa chỉ này*
– to the...hotel	*– đến khách sạn...*
– to the town/city center	*– đến trung tâm thành phố*
– to the station	*– đến ga xe lửa*
– to the airport	*– đến phi trường/sân bay*
How much is the trip to...?	*Vé đi...bao nhiêu tiền?*
How far is it to...?	*Từ đây đi...bao xa?*
Could you turn on the meter, please?	*Xin bật đồng hồ lên*
I'm in a hurry	*Tôi đang vội*
Could you speed up/ slow down a little?	*Xin anh/ông lái nhanh lên/chậm lại một chút*
Could you take a different route?	*Xin anh/ông đi theo lối khác*
I'd like to get out here, please	*Tôi muốn xuống xe ở đây*
Go…	*Đi...*

You have to go...here	*Ở đây, ông* (m.)/*bà* (f.) *phải đi...*
Go straight ahead	*Đi thẳng về phía trước*
Turn left	*Quẹo/rẽ trái*
Turn right	*Quẹo/rẽ phải*
This is it/We're here	*Đến rồi*
Could you wait a minute for me, please?	*Xin đợi tôi một lát được không?*

7 A Place to Stay

7.1 General

● **There is a great variety** of overnight accommodation in Vietnam and prices vary according to the season. Free camping is generally not permitted in Vietnam but other options are certainly available.

Anh/ông/bà sẽ ở lại bao lâu?	How long will you be staying?
Xin điền mẫu đơn này	Fill out this form, please
Cho tôi xem hộ chiếu của ông/bà	Could I see your passport?
Tôi cần ông/bà đặt tiền cọc	I'll need a deposit
Ông/bà phải trả tiền trước	You'll have to pay in advance

My name is...	*Tên tôi là.../Tôi tên là...*
I've made a reservation	*Tôi có giữ chỗ trước*
How much is it per night/ week/month?	*Bao nhiêu tiền một đêm/tuần/tháng?*
We'll be staying at least...nights/weeks	*Chúng tôi sẽ ở lại ít nhất...đêm/tuần*
We don't know yet	*Chúng tôi chưa biết*
Do you allow pets (cats/dogs)?	*Ở đây có cho các con thú (chó/mèo) vào không?*
What time does the door open/close?	*Mấy giờ mở cửa/đóng cửa?*
Could you get me a taxi, please?	*Xin gọi tắc xi giùm tôi*
Is there any mail for me?	*Có thư từ của tôi không?*

7.2 Hotels/motels/guesthouses

Do you have a single/ double room available?	*Anh* (m.)/*chị* (f.) *có phòng đơn/phòng đôi trống không?*
per person/per room	*mỗi người/mỗi phòng*
Does that include breakfast/lunch/dinner?	*Giá đó có tính luôn điểm tâm/ăn trưa/ăn tối không?*
Could we have two adjoining rooms?	*Cho chúng tôi hai phòng sát nhau được không?*
with/without toilet/bath/ shower	*có/không có phòng vệ sinh/phòng tắm*
facing the street	*nhìn ra đường*
at the back	*ở phía sau*
with/without sea view	*nhìn/không nhìn ra biển*
Is there...in the hotel?	*Có...trong khách sạn này không?*
Is there an elevator in the hotel?	*Có thang máy trong khách sạn này không?*
Do you have room service?	*Có người dọn phòng không?*
Could I see the room?	*Cho tôi xem phòng được không?*
I'll take this room	*Tôi lấy phòng này*

Phòng vệ sinh và phòng tắm ở cùng một tầng lầu/một phòng	The toilet and shower are on the same floor/in the room
Xin đi lối này	This way please
Phòng của anh/cô ở tầng..., số...	Your room is on the... floor, number...

We don't like this one	*Chúng tôi không thích phòng này*
Do you have a larger/ less expensive room?	*Anh* (m.)/*chị* (f.) *có phòng lớn hơn/rẻ hơn không?*
Could you put in a cot?	*Anh* (m.)/*chị* (f.) *cho đặt một cái nôi được không?*
What time's breakfast?	*Ăn sáng lúc mấy giờ?*
Where's the dining room?	*Phòng ăn ở đâu?*
Can I have breakfast in my room?	*Tôi có thể ăn sáng trong phòng của tôi không?*
Where's the emergency exit/fire escape?	*Lối ra khẩn cấp/lối thoát hoả hoạn ở đâu?*
Where can I park my car safely?	*Để đậu xe cho an toàn, tôi có thể đậu ở đâu?*
The key to room..., please	*Cho chìa khoá phòng...*
Could you put this in the safe, please?	*Xin anh* (m.)/*cô* (f.) *để cái này vào tủ sắt*
Could you wake me at…tomorrow?	*Xin anh* (m.)/*cô* (f.) *thức tôi dậy lúc... giờ ngày mai*
Could you find a babysitter for me?	*Xin tìm giùm tôi người giữ trẻ?*
Could I have an extra blanket?	*Cho tôi thêm cái mền/chăn được không?*
What days do the cleaners come in?	*Những ngày nào người dọn phòng vào làm việc?*
When are the sheets/towels/ dish towels changed?	*Khi nào thì thay khăn trải giường/khăn tắm/khăn ăn?*
We can't sleep for the noise	*Chúng tôi không ngủ được vì ồn quá*

7.3 Complaints

Could you turn the radio down, please?	*Xin vặn radio nhỏ xuống*
We're out of toilet paper	*Chúng tôi hết giấy vệ sinh rồi*
There aren't any.../ there's not enough...	*Không có.../không có đủ...*
The bed linen's dirty	*Khăn trải giường dơ quá*
The room hasn't been cleaned	*Phòng này chưa được lau dọn*
The kitchen is not clean	*Nhà bếp không sạch sẽ*
The kitchen utensils are dirty	*Đồ dùng nhà bếp dơ quá*
The heating isn't working	*Máy sưởi bị hư*
There's no (hot) water/ electricity	*Không có nước (nóng)/điện*
...doesn't work/is broken	*...bị hư*
Could you have that seen to?	*Anh* (m.)/*chị* (f.) *đã cho sửa cái đó chưa?*
Could I have another room/site?	*Cho tôi thêm một phòng/khu vực khác*
The bed creaks terribly	*Giường kêu ghê quá*
The bed sags	*Giường bị xệ*
Could I have a board under the mattress?	*Đặt cho tôi một tấm gỗ dưới nệm được không?*
It's too noisy	*Ồn quá*

There are a lot of insects/ bugs	*Có nhiều sâu bọ/rệp*
This place is full of mosquitos	*Nơi này nhiều muỗi quá*
– cockroaches	*– gián*

7.4 Departure

See also 8.2 Settling the bill

I'm leaving tomorrow	*Ngày mai tôi rời đây*
Could I pay my bill, please?	*Cho tôi trả tiền*
What time should we check out?	*Mấy giờ phải trả phòng ạ?*
Could I have my deposit/ passport back, please?	*Cho tôi lấy lại tiền đặt cọc/sổ hộ chiếu*
We're in a big hurry	*Chúng tôi đang vội lắm*
Could you forward my mail to this address?	*Xin gửi thư từ của tôi về địa chỉ này*
Could we leave our luggage here until we leave?	*Chúng tôi để hành lý ở đây cho đến khi khởi hành được không?*
Thanks for your hospitality	*Cảm ơn sự hiếu khách của các anh* (m.)/ *cô* (f.)/*chị* (f.)

7.5 Camping

See the diagram on page 99

| Where's the manager? | *Phụ trách ở đâu?* |

Camping equipment
(The diagram shows the numbered parts)

	luggage space	*túi hành lý*
	can opener	*đồ mở hộp*
	butane gas	*ga*
	bottle	*chai/bình*
1	pannier	*sọt/thúng*
2	gas cooker	*bếp ga*
3	groundsheet	*tấm trải*
	hammer	*búa*
	hammock	*võng*
4	gas can	*bình ga*
	campfire	*lửa trại*
5	folding chair	*ghế xếp*
6	insulated picnic box	*hộp đựng đồ cách nhiệt*
	ice pack	*túi nước đá*
	compass	*la bàn*
	corkscrew	*đồ mở nút chai*
7	airbed	*giường bơm bằng hơi*
8	airbed pump	*bơm để bơm giường hơi*
9	awning	*tấm bạt*
10	sleeping bag	*túi ngủ*
11	saucepan	*xoong*
12	handle (pan)	*cán*
	primus stove	*bếp*
	lighter	*quẹt lửa*
13	backpack	*ba lô*
14	guy rope	*dây căng lều*
15	storm lantern	*đèn bão*
	camp bed	*giường cắm trại*
	table	*bàn*
16	tent	*lều*
17	tent peg	*cọc lều*
18	tent pole	*cột lều*
	thermos	*bình thủy/phích nước*
19	water bottle	*bình đựng nước*
	clothes pin	*kim băng*
	clothes line	*dây treo quần áo*
	windbreak	*đồ chắn gió*
20	flashlight	*đèn pin*
	penknife	*dao bỏ túi/dao díp*

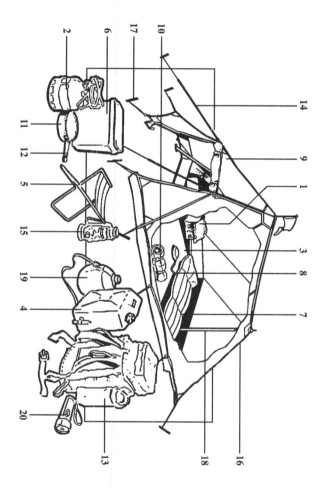

Anh/cô có thể chọn khu vực cho mình	You can pick your own site
Anh/cô sẽ được chỉ định khu vực	You'll be allocated a site
Đây là số khu vực của anh/cô	This is your site number
Xin dán cái này chặt vào xe của anh/cô	Please stick this firmly to your car
Anh/cô đừng làm mất thẻ này	You must not lose this card

Are we allowed to camp here?	**Chúng tôi có được phép cắm trại ở đây không?**
There are...of us and we have...tents	**Chúng tôi có...người và chúng tôi có... lều**
Can we pick our own site?	**Chúng tôi chọn khu vực được không?**
Do you have a quiet spot for us?	**Anh** (m.)**/chị** (f.) **có khu vực yên tĩnh cho chúng tôi không?**
Do you have any other sites available?	**Anh** (m.)**/chị** (f.) **còn khu vực nào khác không?**
It's too windy/sunny/shady here	**Ở đây trời gió quá/nắng quá, nhiều bóng râm quá**
It's too crowded here	**Ở đây đông quá**
The ground's too hard/uneven	**Đất ở đây cứng quá/lồi lõm quá**
Could we have adjoining sites?	**Cho chúng tôi hai khu vực nằm kế nhau được không?**
Can we park the car next to the tent?	**Chúng tôi đậu xe kế bên lều được không?**
How much is it per person/tent/trailer/car?	**Bao nhiêu tiền một người/lều/xe kéo/xe hơi?**

Do you have chalets for hire?	**Anh** (m.)/**chị** (f.) **có nhà sàn cho mướn không?**
Are there any...?	**Có...không?**
– hot showers	**– phòng tắm nước nóng**
– washing machines	**– máy giặt**
Is there a...on the site?	**Trong khu vực có...không?**
Is there a children's play area on the site?	**Có sân chơi trẻ em trong khu vực này không?**
Are there covered cooking facilities on the site?	**Có tiện nghi nấu nướng có mái che trong khu vực này không?**
Can I rent a safe?	**Tôi có thể mướn két sắt được không?**
Are we allowed to barbecue here?	**Chúng tôi có được phép nướng thức ăn ở đây không?**
Are there any power outlets?	**Có chỗ cắm điện không?**
Is there drinking water?	**Có nước uống được không?**
When's the garbage collected?	**Khi nào thì người ta hốt rác?**
Do you sell gas bottles (butane gas/ propane gas)?	**Anh** (m.)/**chị** (f.) **có bán bình gas không?**

8 Money Matters

8. Money Matters

● **In general**, banks are open Monday to Friday from 8:30 am to 11:30 am, and from 1:30 to 4:30 pm. Proof of identity is usually required to exchange currency at the bank.

8.1 Banks

Where can I find a bank/ an exchange office around here?	*Ở đây ngân hàng/quầy đổi tiền ở đâu?*
Where can I cash this traveler's check/giro check?	*Tôi có thể đổi chi phiếu du hành này ở đâu?*
Can I cash this...here?	*Tôi lãnh tiền mặt bằng...này ở đây được không?*
Can I withdraw money on my credit card here?	*Tôi rút tiền từ thẻ tín dụng của tôi ở đây được không?*
What's the minimum/ maximum amount?	*Số tiền tối thiểu/tối đa là bao nhiêu?*
Can I take out less than that?	*Tôi rút ra ít hơn số tiền đó được không?*
I had some money cabled here	*Tôi có một số tiền chuyển bằng hệ thống điện tử đến đây*
Has it arrived yet?	*Số tiền đó đến chưa?*
These are the details of my bank in the US	*Đây là những chi tiết ngân hàng của tôi ở Mỹ*
This is the number of my bank account	*Đây là số trương mục ngân hàng của tôi*

I'd like to change some money	*Tôi muốn đổi một ít tiền*
– pounds into...	*– bảng Anh thành...*
– dollars into...	*– đô la thành...*
What's the exchange rate?	*Tỷ giá bao nhiêu?*
Could you give me some small change with it?	*Xin cho tôi một ít tiền lẻ trong số tiền ấy*
This is not right	*Như thế không đúng*
Where is the nearest ATM?	*Máy rút tiền ATM gần nhất ở đâu?*
Can I send/receive a wire transfer here?	*Tôi muốn nhận/gửi tiền bằng chuyển khoản ở đây được không?*
Please enter your PIN number	*Xin bấm số PIN/mật khẩu của bạn*

Xin ký tên ở đây	Sign here, please
Xin điền vào mẫu này	Fill this out, please
Cho tôi xem sổ hộ chiếu của anh/chị	Could I see your passport, please?
Cho tôi xem giấy chứng minh của anh/chị	Could I see your identity card, please?
Cho tôi xem thẻ sử dụng séc của anh/chị	Could I see your check card, please?
Cho tôi xem thẻ ngân hàng của anh/chị	Could I see your bank card, please?

Could you put it on my bill? *Xin tính vào hoá đơn tên tôi*

Is the tip included? *Tiền phục vụ/típ đã tính luôn chưa*

Can I pay by...? *Tôi trả tiền bằng...được không?*

Can I pay by credit card? *Tôi trả tiền bằng thẻ tín dụng được không?*

Can I pay by traveler's check? *Tôi trả tiền bằng chi phiếu du lịch được không?*

Can I pay with foreign currency? *Tôi trả bằng ngoại tệ được không?*

You've given me too much/ you haven't given me enough change *Cô* (f.)/*anh* (m.) *đã đưa cho tôi dư tiền/ cô* (f.)/*anh* (m.) *không đưa cho tôi đủ tiền thối*

Could I have a receipt, please? *Xin cho tôi biên nhận*

I don't have enough money on me *Tôi không mang đủ tiền*

This is for you *Cái này của cô* (f.)/*anh* (m.)

Keep the change *Xin giữ lại chỗ tiền lẻ*

Is there a fee if I pay by credit card? *Trả bằng thẻ tín dụng có mất phí không?*

Chúng tôi không nhận trả bằng thẻ tín dụng/chi phiếu du hành/ tiền nước ngoài | We don't accept credit cards/ traveler's checks/foreign currency

9 Mail, Phone and Internet

9. Mail, Phone and Internet

9.1 Mail

● **Major post offices** are open Monday to Saturday from 8:30 am to 11:30 am and from 1:30 pm to 4:30 pm. The cost of sending a letter depends on its weight and the cost of sending an airmail letter also depends on where it is being sent.

bưu phẩm, bưu kiện parcels	*tem* stamps	*phiếu chuyển tiền* money orders

Where is...	*...ở đâu?*
– the nearest post office?	*– bưu điện gần nhất?*
– the main post office?	*– bưu điện chính?*
– the nearest mail box?	*– hộp thư gần nhất?*
Which counter should I go to...?	*Tôi phải đến quầy nào để...?*
Which counter should I go to to send a fax?	*Tôi phải đến quầy nào để gửi fax?*
Which counter should I go to to change money?	*Tôi phải đến quầy nào để đổi tiền?*
Which counter should I go to to change giro checks?	*Tôi phải đến quầy nào để đổi séc du lịch?*
Which counter should I go to to wire a money order?	*Tôi phải đến quầy nào để gửi phiếu chuyển tiền?*
Which counter should I go to for general delivery?	*Tôi phải đến quầy nào để giao nhận hàng?*

| Is there any mail for me? | *Có thư cho tôi không?* |
| My name's... | *Tôi tên là.../Tên tôi là...* |

Stamps

What's the postage for a...to...?	*Tiền cước gửi...đi...là bao nhiêu?*
Are there enough stamps on it?	*Có đủ tem trên đó chưa?*
I'd like [5] [VND 10,000] stamps	*Tôi cần [5] con tem [10,000 đồng]*
I'd like to send this...	*Tôi muốn gửi cái này...*
– express	*– tốc hành*
– by air mail	*– bằng đường hàng không*
– by registered mail	*– bằng đường bảo đảm*

Fax

I'd like to send a fax to...	*Tôi muốn gửi fax đi...*
How much is that per page?	*Mỗi trang bao nhiêu tiền?*
This is the text I want to send	*Đây là những điều tôi muốn gửi*
Shall I fill out the form myself?	*Chính tôi phải điền mẫu đơn phải không?*
Can I make photocopies/ send a fax here?	*Tôi photocopy/gởi fax ở đây được không?*
How much is it per page?	*Bao nhiêu tiền một trang?*

9.2 Telephone

See also 1.9 Telephone alphabets

● **Direct international calls** can easily be made from all public telephones using a phonecard obtainable from post offices. Phone cards have a value of VN$300,000 or VN$600,000. Dial 00 to get out of Vietnam, then the relevant country code (USA 1), city code, and the number. You can only make a collect call from a post office. All the operators speak English. When phoning someone in Vietnam, you will be greeted with "**A lô.**"

Mail, Phone and Internet

9

Is there a phone booth around here?	*Có trạm điện thoại nào quanh đây không?*
May I use your phone, please?	*Xin cho phép tôi dùng điện thoại của ông* (m.)/*bà* (f.)
Do you have a (city/region) phone directory?	*Ông* (m.)/*bà* (f.) *có niên giám điện thoại (thành phố/vùng) không?*
Where can I get a phone card?	*Tôi có thể mua thẻ điện thoại ở đâu?*
Could you give me...	*Xin cho tôi...*
– the number for international directory assistance?	*– số điện thoại hướng dẫn niên giám quốc tế*
– the number of room...?	*– số điện thoại của phòng...*
– the international access code?	*– mã số gọi ra nước ngoài*
– the...(country) code?	*– mã số quốc gia...*
– the area code for...?	*– mã số gọi vùng...*
– the number of [subscriber]...?	*– số điện thoại của...*

Could you check if this number's correct?	*Xin kiểm giùm xem số này có đúng không*
Can I dial international direct?	*Tôi quay thẳng số điện thoại quốc tế được không?*
Do I have to go through the switchboard?	*Tôi có phải nhờ tổng đài không?*
Do I have to dial '0' first?	*Tôi có phải quay số 'không' trước không?*
Do I have to reserve my calls?	*Tôi có phải đăng ký trước để gọi điện thoại không?*
Could you dial this number for me, please?	*Xin quay số này giùm tôi*
Could you put me through to.../extension..., please?	*Xin cho tôi liên lạc số.../số máy phụ...*
I'd like to place a collect call to...	*Tôi muốn gọi điện thoại người nhận trả tiền đi...*
What's the charge per minute?	*Mỗi phút bao nhiêu tiền?*
Have there been any calls for me?	*Có ai điện thoại cho tôi không?*

Cell phone

I'd like to buy a SIM card for my cell phone	*Tôi muốn mua thẻ SIM điện thoại di động*
I'd like to add VND… to my prepaid phone	*Tôi muốn nạp thêm...đ vào tài khoản điện thoại*
I've lost my cell phone/ SIM card	*Tôi bị mất điện thoại/thẻ SIM*
I'd like to have a new cell phone/SIM card with the same number	*Tôi muốn mua điện thoại/thẻ SIM mới nhưng giữ nguyên số cũ*

The signal is weak/not available here	*Chỗ này sóng yếu/không có sóng*
My battery is low	*Máy của tôi sắp hết pin*
Where can I charge my cell phone?	*Tôi xạc điện thoại ở đâu được?*
Can I text you later?	*Tôi nhắn tin sau cho anh/cô được không?*

The conversation

Hello, this is...	*A lô, tôi là...*
Who is this, please?	*Ai vậy?*
Is this...?	*Có phải là...không?*
I'm sorry, I've dialed the wrong number	*Tôi xin lỗi, tôi gọi lộn số*
I can't hear you	*Tôi không nghe rõ*
I'd like to speak to...	*Cho tôi nói chuyện với...*
Is there anybody who speaks English?	*Có ai nói tiếng Anh không?*
Extension..., please	*Xin gọi số máy phụ...*
Could you ask him/ her to call me back?	*Nhờ anh* (m.)/*chị* (f.) *nói ông/cô ấy gọi lại cho tôi*
My name's...	*Tôi tên là...*
My number's...	*Số điện thoại của tôi là...*
Could you tell him/her I called?	*Nhờ anh* (m.)/*chị* (f.) *nói với ông/cô ấy có tôi điện thoại*
I'll call him/her back tomorrow	*Ngày mai tôi sẽ gọi lại cho ông/cô ấy*

Có người điện thoại cho anh/cô	There's a phone call for you
Ông phải quay số 'không' trước	You have to dial '0' first
Xin chờ một lát	One moment, please
Không có ai trả lời	There's no answer
Đường dây bận	The line's busy
Ông/bà có muốn chờ không?	Do you want to hold?
Điện thoại thông rồi	Connecting you
Ông/bà gọi lộn số rồi	You've got a wrong number
Lúc này ông ấy/cô ấy không ở đây	He's/she's not here right now
Ông ấy/cô ấy sẽ trở về lúc...	He'll/she'll be back at...
Đây là máy nhắn tin của...	This is the answering machine of...

9.3 Internet/email

● Most hotels/travel offices have public computers with Internet for rent at a reasonable rate, around US$2/hour. Internet café is a cheaper option, at US$1/hour, but an ID might be required. Free Wi-fi is widely available at most cafés and shopping centers.

mạng Internet Internet	**trang mạng** website	**tên đăng nhập tài khoản** username
thư điện tử/email email	**trình duyệt** browser	**mật khẩu đăng nhập** password
quán cà phê internet cybercafé	**sách điện tử** e-book	**phần mềm có mã độc** malware
đăng nhập/thoát ra log on/log off	**ứng dụng** application	**a còng (tại-địa chỉ email)** @ (email address)

công cụ tìm kiếm search engine	*phần mềm* software	*chấm (địa chỉ trang mạng)* dot (webpage)
mạng xã hội social networking	*bộ đổi nguồn* adaptor	*kết nối không dây/mạng nội bộ* Wi-fi/LAN
máy tính xách tay laptop	*Bộ xạc pin* charger	*máy điện thoại có internet* smart phone
(bị nhiễm) vi-rút virus (infected)		

Is there a computer that I can use for Internet/email?	*Có máy tính nào tôi có thể dùng để vào mạng internet/email được không?*
Is there an Internet café near here?	*Gần đây có quán cà phê internet nào không ạ?*
What is the username/ password?	*Tên tài khoản/mật khẩu là gì ạ?*
Can you help me to log on, please?	*Làm ơn đăng nhập vào mạng/log on giúp tôi?*
What is the network name here?	*Tên mạng Wi-fi ở đây là gì ạ?*
What is the password/ passphrase for the Wi-fi here?	*Mật khẩu truy cập Wi-fi ở đây là gì ạ?*
Do you have your own blog/ Facebook/Twitter account?	*Bạn có blog/tài khoản Facebook/ Twitter riêng không ạ?*
Can I have your blog address/Facebook ID/ Twitter handle?	*Cho tôi xin địa chỉ blog/Facebook ID/ Twitter handle của bạn được không?*
Can we become friends on Facebook?	*Chúng ta kết bạn trên Facebook được không?*

10

Shopping

10. Shopping

- **Vietnam has open air markets** and small shops selling food and other goods. In the center of Saigon there are a few larger shops and department stores.

Shops are generally open every day of the week from 7 am or 8 am to 7 pm or 8 pm. Department stores and supermarkets usually open from 8:30 am to 5:30 pm during the week.

Markets open as early as three or four in the morning and remain open until evening. However, few people shop during the middle of the day. They usually prefer to shop for food every day to ensure that it is fresh; seafood and poultry are often bought live. There is some canned food, mainly imported, but almost no frozen food. Bargaining is expected and customers can examine the fruit and vegetables.

Clothing can be bought ready-made from markets or ordered from a tailor or dressmaker.

In the market where bargaining is the rule, too much politeness will put either the customer or the seller at a disadvantage. In shops, there are greater expectations of politeness but this is often shown more by general bearing than by specific utterances. It is not necessary for either the customer or the shop assistant to say thank you.

Customers are expected to examine goods carefully before they leave the store and although defective goods can be returned, this is unusual. There is no consumer protection.

Hire purchase made its debut in the 1990s with motorcycles and can now be used by residents for the purchase of some electrical appliances and vehicles. Many shops in commercial centers are now accepting Visa, Mastercard and ACB, a local credit card. Paying by check is extremely rare and it is normal to pay in cash.

chợ
market

đồ da
leather goods

đồ gia dụng
household goods

đồ thể thao
sporting goods

người bán hoa
florist

người bán cá
fishmonger

lò bánh mì
bakery

sạp báo
newsstand

siêu thị
supermarket

tiệm bánh mì
baker's shop

tiệm đánh máy
typing agency

tiệm đồ chơi
toy shop

tiệm hớt tóc
barber's

tiệm kem
ice cream shop

tiệm bán gia cầm
poultry shop

tiệm giày dép
footwear

tiệm bách hoá
department store

tiệm bán dầu thơm
perfumery

tiệm bán đồ cũ
second-hand shop

tiệm kẹo/ tiệm bánh
confectioner's/cake shop

tiệm nhạc cụ
musical instrument shop

tiệm quần áo
clothing shop

tiệm quần áo, nữ trang
costume jewelery

tiệm rau trái
fruit and vegetable shop

tiệm sách
bookshop

tiệm sửa giày
cobbler

tiệm bán máy chụp hình
camera shop

người bán rau quả
greengrocer

tiệm bán thuốc lá
tobacconist

đồng hồ
watches and clocks

tiệm giặt
household linen shop/ laundry

tiệm giặt máy/tiệm hấp tẩy quần áo
coin-operated laundry/ dry cleaner

tiệm bán băng dĩa nhạc
music shop (CDs, tapes, etc)

tiệm bán bơ sữa
dairy (shop selling dairy products)

tiệm bán đồ gia dụng
household appliances (white goods)

tiệm sửa xe đạp và xe gắn máy
motorbike and bicycle repairs

tiệm đồ ăn ngon
delicatessen

tiệm thực phẩm
grocery shop

tiệm thuốc bắc
herbalist's shop

tiệm bán đồ điện tử
electronics shop

tiệm bán đồ lưu niệm
souvenir shop

phòng tranh nghệ thuật
art gallery

tiệm bán đồ cắm trại
camping supplies shop

tiệm làm tóc hairdresser	**vườn ươm cây** nursery (plants)	**tiệm bán dụng cụ văn phòng** stationery shop
thẩm mỹ viện beauty salon	**tiệm kính mắt** optician	**tiệm rượu** stock of vintage wines
thợ bạc goldsmith	**tiệm thịt** butcher's shop	**người làm đồ da thú** furrier
thợ kim hoàn jeweler	**tiệm sách cũ** used bookstore	**tiệm thuốc tây** pharmacy

10.1 Shopping conversations

Where can I get...?	**Tôi có thể mua...ở đâu?**
When is this shop open?	**Khi nào tiệm này mở cửa?**
Could you tell me where the...department is?	**Xin chỉ giùm tôi tiệm...ở đâu?**
Could you help me, please?	**Ông** (m.)/**anh** (m.)/**chị** (f.) **giúp tôi được không?**
I'm looking for...	**Tôi đang tìm...**
Do you sell English/ American newspapers?	**Anh** (m.)/**chị** (f.)/**cô** (f.) **có bán báo Anh/Mỹ không?**

Có ai bán hàng cho ông/cô chưa?	Are you being served?

No, I'd like...	**Không, tôi muốn...**
I'm just looking, if that's all right	**Tôi chỉ muốn xem hàng, được không ạ?**

Ông/bà cần gì nữa không?   (Would you like) anything else?

Yes, I'd also like...	**Có, tôi cũng muốn...**
No, thank you. That's all	**Không, cảm ơn. Đủ rồi**
Could you show me...?	**Anh** (m.)/**cô** (f.) **cho tôi xem...**
I'd prefer...	**Tôi thích...hơn**
This is not what I'm looking for	**Đây không phải là thứ tôi cần**
Thank you, I'll keep looking	**Cảm ơn, tôi sẽ tiếp tục kiếm xem**
Do you have something...	**Anh** (m.)/**chị** (f.) **có món nào...?**
– less expensive?	**– rẻ tiền hơn không?**
– smaller?	**– nhỏ hơn không?**
– larger?	**– lớn hơn không?**
I'll take this one	**Tôi lấy cái này**
Does it come with instructions?	**Có chỉ dẫn trong đây không?**
It's too expensive	**Đắt quá**
I'll give you...	**Tôi trả anh** (m.)/**chị** (f.)**...**
Could you keep this for me?	**Anh** (m.)/**chị** (f.) **giữ cái này giùm tôi**
I'll come back for it later	**Lát nữa tôi sẽ trở lại lấy**
Do you have a bag for me, please?	**Cho tôi một túi đựng**

Could you gift wrap it, please?	*Anh* (m.)/*chị* (f.) *gói nó lại giùm tôi*

Tôi xin lỗi, chúng tôi không có món hàng đó	I'm sorry, we don't have that
Xin lỗi, chúng tôi bán hết rồi	I'm sorry, we're sold out
Xin lỗi, đến...mới có hàng	I'm sorry, it won't come back in until...
Xin trả tiền tại quầy tính tiền	Please pay at the cash register
Chúng tôi không nhận thẻ tín dụng	We don't accept credit cards
Chúng tôi không nhận chi phiếu du lịch	We don't accept traveler's checks
Chúng tôi không nhận ngoại tệ	We don't accept foreign currency

10.2 Food

I'd like a hundred grams of..., please	*Cho tôi một trăm gam...*
I'd like half a kilo/five hundred grams of...	*Cho tôi nửa kí lô/năm trăm gam...*
I'd like a kilo of...	*Cho tôi một kí lô...*
Could you...it for me, please?	*Anh* (m.)/*chị* (f.)*...nó giùm tôi*
– slice it/cut it up for me, please?	*– xắt lát/cắt nhỏ giùm tôi*
– grate it for me, please?	*– bào nhỏ giùm tôi*
Can I order it?	*Cho tôi đặt hàng được không?*

I'll pick it up tomorrow/at...	*Ngày mai tôi sẽ lấy hàng lúc...*
Can you eat/drink this?	*Anh* (m.)/*chị* (f.) *ăn/uống món này được không?*
What's in it?	*Trong đó có gì?*

10.3 Clothing and shoes

I saw something in the window	*Tôi thấy một món bày ở cửa kính*
Shall I point it out?	*Tôi chỉ nó cho anh* (m.)/*chị* (f.) *coi*
I'd like something to go with this	*Tôi muốn có thứ hợp với món này*
Do you have shoes to match this?	*Anh* (m.)/*chị* (f.) *có giày hợp với bộ này không?*
I'm a size...in the US	*Ở Mỹ, tôi mang số...*
Can I try this on?	*Tôi thử được không?*
Where's the fitting room?	*Phòng thử đồ ở đâu?*
It doesn't suit me	*Nó không vừa với tôi*
This is the right size	*Cái này đúng cỡ*
It doesn't look good on me	*Nó có vẻ không hợp với tôi*
Do you have this/these in...?	*Anh* (m.)/*chị* (f.) *có cái này/những cái này ở...không?*
The heel's too high/low	*Gót quá cao/quá thấp*
Is this real leather?	*Cái này có bằng da thật không?*
Is this genuine hide?	*Cái này có bằng da thật không?*

I'm looking for a...for a...year-old child	*Tôi tìm cái...cho đứa con...tuổi*
I'd like a...	*Tôi muốn một cái...*
– silk	*– lụa*
– cotton	*– vải/cô tông*
– woolen	*– len*
– linen	*– vải lanh*
At what temperature should I wash it?	*Tôi nên giặt nó ở nhiệt độ nào?*
Will it shrink in the wash?	*Nó có bị co sau khi giặt không?*

đừng sấy khô do not spin dry	*giặt máy được* machine washable	*giặt khô* dry clean
đừng ủi do not iron	*giặt tay* hand wash	*trải cho phẳng* lay flat

At the cobbler

Could you mend these shoes?	*Ông sửa giày giùm*
Could you resole/reheel these shoes?	*Ông đóng đế/đóng gót giày giùm*
When will they be ready?	*Khi nào thì xong?*
I'd like..., please	*Cho tôi...*
– a can of shoe polish	*– một hộp thuốc đánh giày*
– a pair of shoelaces	*– một đôi dây giày*

 **Cameras**

máy ảnh kỹ thuật số digital camera	*(phần mềm) chỉnh sửa ảnh* photo editing (software)	*pixel* *(độ phân giải)* pixel (resolution)
thẻ nhớ SD card	*tự động nhận mặt* face recognition function	

I'd like a…GB/MB SD card for this camera	*Tôi muốn mua thẻ nhớ dung lượng… GB/MB cho chiếc máy ảnh này*
I'd like a film for this camera, please	*Cho tôi một cuộn phim dùng cho máy chụp hình này*
I'd like a cartridge, please	*Cho tôi một cuộn băng*
– a one twenty-six cartridge	*một cuộn băng hai mươi sáu*
– a slide film	*– phim slide*
– a movie cassette, please	*– một cuộn băng video*
– a videotape	*– một cuộn băng video*
– color/black and white	*– màu/trắng đen*
– super eight	*– băng số tám*
– 12/24/36 exposures	*– 12/24/36 pô*
– ASA/DIN number	*– số ASA/DIN*

Problems

Could you load the film for me, please?	*Anh* (m.)/*chị* (f.) *bỏ phim vào giùm tôi*
Could you take the film out for me, please?	*Anh* (m.)/*chị* (f.) *lấy phim ra giùm tôi*

Should I replace the batteries?	*Tôi có nên thay pin không?*
Could you have a look at my camera, please?	*Anh xem máy chụp hình này giùm tôi*
It's not working	*Nó không chụp được*
The film's jammed	*Phim bị kẹt*
The film's broken	*Phim bị đứt*
The flash isn't working	*Đèn flash không hoạt động*

Processing and prints

I'd like to have this film developed/printed, please	*Tôi muốn tráng/roi cuốn phim này*
I'd like...prints from each negative	*Rọi cho tôi mỗi hình...tấm*
glossy/matte	*giấy láng/giấy mờ*
6 x 9	*cỡ 6 x 9*
I'd like to order reprints of these photos	*Tôi muốn rọi lại những tấm hình này*
I'd like to have this photo enlarged	*Tôi muốn phóng lớn hình này*
How much is processing?	*Tráng phim bao nhiêu tiền?*
How much for printing?	*Rọi hình bao nhiêu tiền?*
How much are the reprints?	*Rọi hình lại bao nhiêu tiền?*
How much is it for enlargement?	*Phóng lớn bao nhiêu tiền?*
When will it be ready?	*Khi nào thì xong?*

10.5 **At the hairdresser**

Do I have to make an appointment?	*Tôi có phải hẹn trước không?*
Can I come in right now?	*Tôi đến ngay bây giờ được không?*
How long will I have to wait?	*Tôi phải đợi bao lâu?*
I'd like a shampoo/haircut	*Tôi muốn gội đầu/cắt tóc*
I'd like a shampoo for oily/ dry hair, please	*Tôi muốn gội đầu với dầu dành cho tóc dầu/tóc khô*
I'd like an anti-dandruff shampoo	*Tôi muốn gội đầu với dầu trị gàu*
I'd like a shampoo with conditioner, please	*Tôi muốn gội đầu có dùng dầu làm mềm tóc*
I'd like highlights, please	*Tôi muốn nhuộm điểm một vài chỗ*
Do you have a color chart, please?	*Anh* (m.)/*chị* (f.) *có bản màu không?*
I'd like to keep the same color	*Tôi muốn giữ nguyên màu*
I'd like it darker/lighter	*Tôi muốn màu đậm hơn/nhạt hơn*
I'd like/I don't want hairspray	*Tôi muốn/tôi không muốn xài keo xịt tóc*
– gel	*– gen giữ tóc đứng*
– lotion	*– dầu thơm*
I'd like short bangs	*Tôi muốn cắt tóc ngắn*
Please thin my hair a little bit	*Tôi muốn tỉa tóc mỏng một chút*

Not too short at the back	*Không quá ngắn phía sau*
Not too long	*Không quá dài*
I'd like it curly/not too curly	*Tôi thích tóc quăn/không quăn quá*
It needs a little/a lot taken off	*Cần cắt một ít/cần cắt nhiều*
I'd like a completely different style/ a different cut	*Tôi muốn một kiểu tóc hoàn toàn khác/ một kiểu cắt khác*
I'd like it the same as in this photo	*Tôi muốn cắt kiểu tóc như trong hình chụp này*
– as that woman's	*– như kiểu của bà kia*
Could you turn the drier up/down a bit?	*– Anh vặn máy sấy tóc mạnh hơn/nhỏ hơn một chút*
I'd like a facial	*Tôi thích làm mặt*
– a manicure	*– làm móng tay*
– a massage	*– xoa bóp/mát-xa*
Could you trim my..., please?	*Anh* (m.)/*chị* (f.) *tỉa...giùm tôi*
– bangs	*– tóc cắt ngang trán*
– beard	*– râu*
– moustache	*– râu mép*
I'd like a shave, please	*Anh* (m.)/*chị* (f.) *cạo râu giùm tôi*
I'd like a wet shave, please	*Tôi thích được cạo râu với dầu cạo râu*

Anh/chị muốn cắt tóc như thế nào?	How do you want it cut?
Anh/chị đònh cắt tóc kiểu gì?	What style did you have in mind?
Anh/chị muốn tóc màu gì?	What color did you want it?
Nhiệt độ này có hợp với anh/ chị không?	Is the temperature all right for you?
Anh/chị thích đọc gì không?	Would you like something to read?
Anh/chị thích uống gì không?	Would you like a drink?
Đây có phải là kiểu anh/ chị định cắt không?	Is this what you had in mind?

11 Tourist Activities

11. Tourist Activities

11.1 Places of interest

● **There are three main categories** of tourist office: regional, provincial, and local. Provincial offices usually have information on regions and towns. A good range of more specific local information about buses, museums, tours, etc is available at Vietnam Tourist offices. Tourist offices are generally open Monday to Friday, 8:30 am to 11:30 am and 1:30 pm to 5 pm. Some also open on Saturdays and Sundays.

In Ho Chi Minh City, if you want to make a city tour, you can just walk around. If you don't have time, you can use the hotel service desk, which will provide a car and a driver to guide you. However, this is the most expensive way: it will cost about US$30 or more a day. It might be better to go to a travel agency because a half-day city tour, with two or three stops at various attractions, will cost you about US$25, including entry tickets.

You can also take a half-day tour on the backseat of a motorbike with a friendly driver who can speak English. There are also cyclo drivers who can give you a good tour of the downtown area.

Finally, you can hire a bike or a Honda, buy a map, and take your own tour. This is certainly the most adventurous way to see the city.

Where's the Tourist Information, please?	*Văn phòng Hướng dẫn Du lịch ở đâu?*
Do you have a city map?	*Anh* (m.)/*chị* (f.) *có bản đồ thành phố không?*
Where is the museum?	*Viện bảo tàng ở đâu?*
Where can I find a church?	*Ở đâu có nhà thờ?*
Could you give me some information about...?	*Tôi muốn được hướng dẫn về...*

How much is this?	*Cái này bao nhiêu?*
What are the main places of interest?	*Những điểm tham quan nào là chính?*
Could you point them out on the map?	*Anh* (m.)/*chị* (f.) *chỉ giùm trên bản đồ này*
What do you recommend?	*Tôi nên đến những nơi nào?*
We'll be here for a few hours	*Chúng tôi sẽ ở đây vài giờ*
We'll be here for a day	*Chúng tôi sẽ ở đây một ngày*
We'll be here for a week	*Chúng tôi sẽ ở đây một tuần*
We're interested in...	*Chúng tôi muốn xem...*
Is there a scenic walk around the city?	*Có chỗ đi dạo nào đẹp quanh thành phố không?*
How long does it take?	*Đi mất bao lâu?*
Where does it start/end?	*Bắt đầu ở đâu/ngừng ở đâu?*
Are there any boat trips?	*Có những chuyến đi chơi bằng thuyền không?*
Where can we board?	*Chúng tôi xuống tàu ở đâu được?*
Are there any bus tours?	*Có những tua tham quan bằng xe ca không?*
Where do we get on?	*Chúng tôi lên xe ở đâu?*
Is there a guide who speaks English?	*Có hướng dẫn viên nói tiếng Anh không?*
What trips can we take around the area?	*Chúng tôi có thể đi chơi nơi nào trong vùng này?*
Are there any excursions?	*Có những chuyến du ngoạn không?*
Where do they go?	*Họ đi đâu?*

We'd like to go to...	*Chúng tôi thích đi*
How long is the excursion?	*Cuộc du ngoạn bao lâu?*
How long do we stay in...?	*Chúng tôi ở lại...bao lâu?*
Are there any guided tours?	*Có những tua có hướng dẫn không?*
How much free time will we have there?	*Ở đó chúng tôi có bao nhiêu thì giờ được tự do?*
We want to have a walk around/to go on foot	*Chúng tôi muốn đi dạo quanh đây/đi bộ*
Can we hire a guide?	*Chúng tôi muốn thuê hướng dẫn viên được không?*
What time does...open/close?	*Mấy giờ...mở cửa/đóng cửa?*
What days is...open/closed?	*...mở cửa/đóng cửa ngày nào?*
What's the admission price?	*Giá vào cửa bao nhiêu?*
Is there a group discount?	*Đi đông người có được bớt không?*
Is there a child discount?	*Trẻ em có được bớt không?*
Is there a discount for senior citizens?	*Người lớn tuổi có được bớt không?*
Can I take (flash) photos/ can I film here?	*Tôi chụp hình (có đèn chớp)/quay phim ở đây được không?*
Do you have any postcards of...?	*Anh* (m.)/*chị* (f.) *có bưu thiếp...không?*
Do you have an English...	*Anh* (m.)/*chị* (f.) *có...tiếng Anh không?*
– catalogue?	*– ca ta lô?*
– program?	*– chương trình?*
– brochure?	*– tài liệu hướng dẫn*

11.2 Going out

● **Drama theaters** are open all year round. In Hanoi, there are some famous water puppet shows. There is a very popular Vietnamese film industry and most foreign films are dubbed into Vietnamese. In Saigon, there are many places to attend musical performances such as concert halls and night clubs. These performances normally start at 8 pm. Ticket prices vary according to the status of the performers.

Do you have this week's/ month's entertainment guide?	*Anh* (m.)/*chị* (f.) *có chương trình giải trí tuần này/tháng này không?*
What's on tonight?	*Đêm nay có gì?*
We want to go to...	*Chúng tôi muốn đi...*
What's playing at the cinema?	*Rạp hát chiếu phim gì?*
What sort of film is that?	*Phim đó là loại phim gì?*
– suitable for everyone	*– thích hợp cho mọi người*
– not suitable for people under 12/under 16	*– không thích hợp cho người dưới 12/dưới 16 tuổi*
– original version	*– bản gốc*
– subtitled	*– có phụ đề*
– dubbed	*– lồng tiếng*
Is it a continuous showing?	*Chương trình có chiếu nhiều buổi liên tục không?*
What's on at...?	*Đang có gì ở...?*
– the theater?	*– nhà hát?*

– the opera?	*– nhà hát nhạc kịch?*
What's happening in the concert hall?	*Có gì trong phòng hòa nhạc vậy?*
Where can I find a good disco around here?	*Quanh đây có tiệm disco nào ngon lành không?*
Is it members only?	*Chỉ dành riêng cho hội viên hay sao?*
Where can I find a good nightclub around here?	*Quanh đây có vũ trường nào ngon lành không?*
Is it evening wear only?	*Phải mặc đồ đàng hoàng hay sao?*
Should I/we dress up?	*Tôi/chúng tôi có nên ăn mặc trang trọng không?*
What time does the show start?	*Mấy giờ chương trình bắt đầu*
When's the next soccer match?	*Khi nào thì có trận đá banh kế tiếp?*
Who's playing?	*Đội nào chơi?*
I'd like an escort (m/f) for tonight	*Tôi muốn có người làm ban đi cùng đêm nay*

11.3 Booking tickets

Could you reserve some tickets for us?	*Xin anh* (m.)/*chị* (f.) *giữ chỗ trước vài vé cho chúng tôi*
We'd like to book...seats/ a table for...	*Chúng tôi muốn đặt...chỗ ngồi/ một bàn cho...*
...seats in the orchestra in the main section	*...chỗ ngồi trong khu vực chính của buổi hoà nhạc*

...seats in the circle	*...chỗ ngồi trong khu vòng cung*
a box for...	*một lô riêng cho...*
...front row seats/a table for...at the front	*...chỗ ngồi hàng ghế đầu/một bàn cho...ở phía trước*
...seats in the middle/ a table in the middle	*...chỗ ngồi ở giữa/một bàn ở giữa*
...back row seats/a table at the back	*...chỗ ngồi ở dãy sau/một bàn ở phiá sau*
Could I reserve...seats for the...o'clock performance?	*Cho tôi giữ...chỗ trong chương trình lúc...giờ*
Are there any seats left for tonight?	*Đêm nay còn ghế nào trống không?*
How much is a ticket?	*Một vé giá bao nhiêu?*
When can I pick up the tickets?	*Khi nào tôi lấy vé được?*
I've got a reservation	*Tôi có giữ chỗ trước*
My name's...	*Tôi tên là...*

Anh/chị muốn giữ chỗ cho buổi biểu diễn nào?	Which performance do you want to reserve for?
Anh/chị thích ngồi ở đâu?	Where would you like to sit?
Vé bán hết rồi	Everything's sold out
Phòng này chỉ có chỗ đứng	It's standing room only
Chúng tôi chỉ còn chỗ ngồi ở khu vòng cung	We've only got circle seats left
Chúng tôi chỉ còn chỗ ngồi ở vòng cung phía trên	We've only got upper circle (way upstairs) seats left

Chúng tôi chỉ còn chỗ xem hoà nhạc	We've only got orchestra seats left
Chúng tôi chỉ còn chỗ ngồi hàng đầu	We've only got front row seats left
Chúng tôi chỉ còn chỗ ngồi phía sau	We've only got seats left at the back
Anh/chị muốn bao nhiêu chỗ?	How many seats would you like?
Anh/chị phải lấy vé trước...giờ	You'll have to pick up the tickets before...o'clock
Xin cho soát vé	Tickets, please
Đây là chỗ ngồi của anh/chị	This is your seat
Anh/chị ngồi lộn chỗ rồi	You are in the wrong seat

12 Sports Activities

12. Sports Activities

12.1 Sporting questions

Where can we...around here?	*Quanh đây chúng tôi có thể...ở đâu?*
Can I/we hire a...?	*Tôi muốn thuê một...*
How much is that per hour/per day	*Bao nhiêu tiền một giờ/một ngày?*
Can I/we take...lessons?	*Tôi có thể học...được không?*
How much is each one?	*Mỗi khóa/buổi bao nhiêu?*
Do you need a permit for that?	*Có cần phải có giấy phép không?*
Where can I get the permit?	*Tôi có thể xin giấy phép ở đâu?*

12.2 By the waterfront

Is it far (to walk) to the sea?	*(Đi bộ) ra biển có xa không?*
Is there a...around here?	*Quanh đây có...không?*
– a swimming pool	*– hồ bơi*
– a sandy beach	*– bãi biển nhiều cát*
– a nudist beach	*– bãi biển tắm truồng*
– mooring place	*– bến tàu thả neo*
Are there any rocks here?	*Ở đây có đá không?*

When's high/low tide?	*Khi nào thủy triều lên/khi nào thủy triều xuống?*
What's the water temperature?	*Nước ở đây bao nhiêu độ?*
Is it (very) deep here?	*Ở đây có sâu (lắm) không?*
Is it safe (for children) to swim here?	*(Trẻ em) bơi ở đây có an toàn không?*
Are there any currents?	*Có sóng ngầm không?*
Are there any rapids/ waterfalls along this river?	*Có những chỗ nước chảy xiết/thác nước dọc con sông này không?*
What does that flag/ buoy mean?	*Cái cờ/cái phao kia có ý nghĩa gì?*
Is there a lifeguard on duty?	*Có người cứu cấp trực ở đây không?*
Are dogs allowed here?	*Chó có được phép vào đây không?*
Is camping on the beach allowed?	*Cắm trại ở bãi biển có được phép không?*
Can we light a fire?	*Chúng tôi đốt lửa được không?*

cấm bơi lội no swimming	*cấm câu cá* no fishing	*chỉ dành cho người có giấy phép* permits only
cấm trượt sóng no surfing	*nguy hiểm* danger	*vùng nước câu cá* fishing waters

13 Health Matters

13. Health Matters

13.1 Calling a doctor

● **If you become ill** or need emergency treatment, it is best to go to the Emergency Department at your nearest hospital.

Could you get a doctor quickly, please?	*Anh* (m.)/*chị* (f.) *gọi bác sĩ gấp giùm*
When does the doctor have office hours?	*Bác sĩ làm việc giờ nào?*
When can the doctor come?	*Khi nào bác sĩ đến?*
Could I make an appointment to see the doctor?	*Cho tôi hẹn gặp bác sĩ.*
I've got an appointment to see the doctor at...o'clock	*Tôi có hẹn gặp bác sĩ lúc...giờ*
Which doctor/pharmacy is on night/weekend duty?	*Bác sĩ nào/tiệm thuốc tây nào trực ban đêm/cuối tuần?*

13.2 What's wrong?

I don't feel well	*Tôi không được khoẻ.*
I'm dizzy	*Tôi chóng mặt.*
– ill	*– bịnh*
– nauseous	*– muốn nôn*
I've got a cold	*Tôi bị cảm lạnh*
It hurts here	*Tôi đau chỗ này*

I've vomited	*Tôi bị nôn/ói*
I've got...	*Tôi bị...*
I'm running a temperature of...degrees	*Tôi bị sốt...độ*
I've been...	*Tôi bị...*
– stung by a wasp	*– ong chích*
– stung by an insect	*– bị côn trùng cắn*
– bitten by a dog	*– bị chó cắn*
– stung by a jellyfish	*– bị sứa cắn*
– bitten by a snake	*– bị rắn cắn*
– bitten by an animal	*– bị thú vật cắn*
I've cut myself	*Tôi bị đứt tay/chân*
I've burned myself	*Tôi bị phỏng*
I've grazed/scratched myself	*Tôi bị trầy da/xước da*
I've had a fall	*Tôi bị té/Tôi bị ngã*
I've sprained my ankle	*Tôi bị trật mắt cá chân*
I'd like the morning-after pill	*Tôi muốn mua thuốc ngừa thai hai mươi bốn giờ*

13.3 The consultation

Anh/chị có vấn đề gì?   What seems to be the problem?

Anh/chị bị như vậy bao lâu rồi?	How long have you had these complaints?
Trước đây anh/chị có bị như vậy không?	Have you had this trouble before?
Anh/chị có bị sốt không? Bao nhiêu độ?	Do you have a temperature? What is it?
Xin cởi áo ra	Get undressed, please
Xin cởi áo đến ngang hông	Strip to the waist, please
Anh/chị có thể cởi quần áo ở đằng kia	You can undress there
Xắn tay áo bên trái/bên phải lên	Roll up your left/right sleeve, please
Xin nằm xuống đây	Lie down here, please
Có đau không?	Does this hurt?
Thở sâu	Breathe deeply
Há miệng ra	Open your mouth

Patients' medical history

I'm a diabetic	*Tôi là người bị bệnh tiểu đường*
I have a heart condition	*Tôi bị bệnh tim*
I'm asthmatic	*Tôi bị suyễn*
I'm allergic to...	*Tôi bị dị ứng với...*
I'm...months pregnant	*Tôi có thai...tháng*
I'm on a diet	*Tôi đang ăn kiêng*
I'm on medication/the pill	*Tôi đang uống thuốc/dùng thuốc ngừa thai*
I've had a heart attack once before	*Trước đây tôi bị nhồi máu cơ tim một lần*

I've had a(n)...operation	*Tôi bị giải phẫu...*
I've been ill recently	*Mới đây tôi bị bịnh*
I've got a stomach ulcer	*Tôi bị đau bao tử/dạ dày*
I've got my period	*Tôi có kinh*

Anh/chị có bị dị ứng không?	Do you have any allergies?
Anh/chị có đang dùng thuốc gì không?	Are you on any medication?
Anh/chị có ăn kiêng không?	Are you on a diet?
Bà/chị có đang có thai không?	Are you pregnant?
Anh/chị có chích ngừa bệnh uốn ván không?	Have you had a tetanus injection?

The diagnosis

Không có gì trầm trọng	It's nothing serious
...của anh/chị bị gãy	Your...is broken
Anh/chị bị trật...	You've got a sprained...
...của anh/chị bị rách	You've got a torn...
Anh/chị bị nhiễm trùng/viêm	You've got an infection/ some inflammation
Anh/chị bị sưng ruột thừa/dư	You've got appendicitis
Anh/chị bị sưng cuống phổi	You've got bronchitis
Anh/chị bị bệnh da liễu	You've got a venereal disease
Anh/chị bị cúm	You've got the flu
Anh/chị bị nhồi máu cơ tim	You've had a heart attack

Anh/chị bị nhiễm trùng	You've got a (viral/bacterial) infection
Anh/chị bị sưng phổi	You've got pneumonia
Anh/chị bị ăn không tiêu/ bị loét bao tử	You've got gastritis/an ulcer
Anh/chị bị vọp bẻ/chuột rút	You've pulled a muscle
Cô/bà bị nhiễm trùng đường sinh dục	You've got a vaginal infection
Anh/chị bị ngộ độc thức ăn	You've got food poisoning
Anh/chị bị say nắng	You've got sunstroke
Anh/chị bị dị ứng với...	You're allergic to...
Bà/chị có thai	You're pregnant
Xin thử máu/nước tiểu/ phân giùm tôi	I'd like to have your blood/ urine/stools tested
Vết thương cần may lại	It needs stitches
Tôi sẽ giới thiệu anh/chị đi gặp bác sĩ chuyên môn/gửi anh/ chị đến bệnh viện	I'm referring you to a specialist/ sending you to the hospital
Anh/chị cần chụp quang tuyến X	You'll need some x-rays taken
Anh/chị vui lòng đợi trong phòng đợi	Could you wait in the waiting room, please?
Anh/chị cần được giải phẫu	You'll need an operation

Is it contagious?	**Bệnh này có lây không?**
How long do I have to stay...	**Tôi phải nằm...bao lâu?**
– in bed?	**– trong giường**
– in the hospital?	**– ở bệnh viện**
Do I have to go on a special diet?	**Tôi có phải ăn uống kiêng cữ gì không?**

Am I allowed to travel?	*Tôi có được phép đi xa không?*
Can I make another appointment?	*Tôi có thể hẹn lần khác không?*
When do I have to come back?	*Khi nào tôi phải trở lại?*
I'll come back tomorrow	*Ngày mai tôi trở lại*
How do I take this medicine?	*Tôi uống thuốc này như thế nào?*

| *Trở lại ngày mai/trong...ngày nữa* | Come back tomorrow/ in...days' time |

13.4 Medications and prescriptions

How many pills/drops/ injections/spoonfuls/ tablets each time?	*Bao nhiêu viên/giọt/mũi chích/muỗng, viên mỗi lần?*
How many times a day?	*Bao nhiêu lần một ngày?*
I've forgotten my medication	*Tôi quên uống thuốc*
At home I take...	*Ở nhà tôi uống...*
Could you write a prescription for me, please?	*Xin ghi toa thuốc giùm tôi*

Tôi kê thuốc trụ sinh/một loại thuốc hỗn hợp/thuốc an thần/ thuốc giảm đau cho anh/chị	I'm prescribing antibiotics/a mixture/a tranquilizer/ painkillers
Phải nằm nghỉ nhiều	Have lots of rest
Ở trong nhà	Stay indoors
Nghỉ trong giường	Stay in bed

chà lên rub on	**tan trong nước** dissolve in water	**dầu xức** ointment
chỉ dùng ngoài da external use only	**thuốc này ảnh hưởng đến việc lái xe của anh/chị** this medication impairs your driving	**giọt** drops
nuốt (nguyên) swallow (whole)		**mũi chích** injections
...lần một ngày ...times a day	**một muỗng canh/ một muỗng cà phê** spoonful/teaspoonful	**thuốc viên** pills/tablets
...giờ một lần every...hours	**uống hết thuốc bác sĩ ghi toa** finish the prescription	**trong...ngày** for...days
trước bữa ăn before meals		**uống** take

13.5 At the dentist

Do you know a good dentist?	**Anh** (m.)/**chị** (f.) **biết nha sĩ nào giỏi không?**
Could you make a dental appointment for me?	**Anh** (m.)/**chị** (f.) **lấy hẹn với nha sĩ giùm tôi**
It's urgent	**Khẩn cấp lắm**
Can I come in today, please?	**Hôm nay tôi đến được không?**

I have a terrible toothache	*Tôi đau răng (khủng khiếp) lắm*
Could you prescribe/ give me a painkiller?	*Xin kê cho tôi toa/cho tôi thuốc giảm đau*
I've got a broken tooth	*Tôi có một cái răng bị gãy*
My filling's come out	*Chỗ trám răng bị sút ra*
I've got a broken crown	*Tôi có răng bị mẻ*
I'd like/I don't want a local anesthetic	*Tôi muốn /Tôi không muốn dùng thuốc tê quanh đó*
Could you do a temporary repair?	*Ông (m.)/bà (f.) chữa tạm thời được không?*
I don't want this tooth pulled	*Tôi không muốn nhổ cái răng này*
My denture is broken	*Răng giả của tôi bị bể*
Can you fix it?	*Ông (m.)/bà (f.) sửa nó được không?*

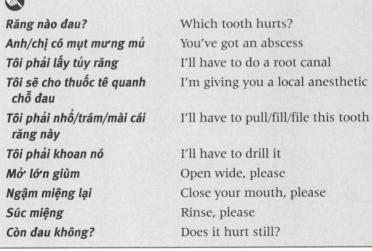

Răng nào đau?	Which tooth hurts?
Anh/chị có mụt mưng mủ	You've got an abscess
Tôi phải lấy tủy răng	I'll have to do a root canal
Tôi sẽ cho thuốc tê quanh chỗ đau	I'm giving you a local anesthetic
Tôi phải nhổ/trám/mài cái răng này	I'll have to pull/fill/file this tooth
Tôi phải khoan nó	I'll have to drill it
Mở lớn giùm	Open wide, please
Ngậm miệng lại	Close your mouth, please
Súc miệng	Rinse, please
Còn đau không?	Does it hurt still?

14 Emergencies

14. Emergencies

14.1 Asking for help

Help!	*Cứu tôi với!*
Fire!	*Cháy!*
Police!	*Cảnh sát!*
Quick!/Hurry!	*Nhanh lên!/Lẹ lên!*
Danger!	*Nguy hiểm!*
Watch out!	*Coi chừng!*
Stop!	*Ngừng lại!*
Be careful!/Go easy!	*Cẩn thận!/Từ từ!*
Get your hands off me!	*Đừng động vào người tôi!*
Let go!	*Buông ra!*
Stop thief!	*Bắt ăn trộm!*
Could you help me, please?	*Xin giúp giùm tôi?*
Where's the police station/ emergency exit/fire escape?	*Đồn công an/lối ra khẩn cấp/ lối thoát hoả hoạn ở đâu?*
Where's the nearest fire extinguisher?	*Bình chữa cháy gần nhất ở đâu?*
Call the fire department!	*Hãy gọi đội chữa cháy!*
Call the police!	*Hãy gọi công an!*
Call an ambulance!	*Hãy gọi xe cứu thương!*
Where's the nearest phone?	*Trạm điện thoại gần nhất ở đâu?*

Could I use your phone?	*Cho tôi dùng điện thoại của anh* (m.)/ *chị* (f.) *được không?*
What's the emergency number?	*Điện thoại khẩn cấp số mấy?*
What's the number for the police?	*Gọi công an số mấy?*

14.2 Lost items

I've lost my wallet/purse	*Tôi bị mất bóp/ví*
I've lost my digital camera	*Tôi bị mất máy ảnh số*
I've left my cell phone on the train/bus	*Tôi để quên điện thoại cầm tay trên tàu/ xe buýt*
I lost my...here yesterday	*Tôi mất...của tôi ở đây/hôm qua*
I left my...here	*Tôi để...của tôi ở đây*
Did you find my...?	*Anh/chị có thấy...của tôi không?*
It was right here	*Nó nằm ngay đây*
It's very valuable	*Nó quý lắm*
Where's the lost and found office?	*Văn phòng lưu giữ đồ đạc bị mất ở đâu?*

14.3 Accidents

There's been an accident	*Có tai nạn*
Someone's fallen into the water	*Có người bị ngã xuống nước*

There's a fire	*Có cháy*
Is anyone hurt?	*Có ai bị thương không?*
Nobody/someone has been injured	*Không ai/có người bị thương*
Someone's still trapped inside the car/train	*Có người vẫn còn kẹt trong xe/xe lửa*
It's not too bad	*Không đến nỗi tệ lắm*
Don't worry	*Đừng lo*
Leave everything the way it is, please	*Xin để yên mọi thứ như vậy*
I want to talk to the police first	*Tôi muốn nói chuyện với cảnh sát trước đã*
I want to take a photo first	*Tôi muốn chụp hình trước đã*
Here's my name and address	*Đây là tên và địa chỉ của tôi*
May I have your name and address?	*Xin cho tôi tên và địa chỉ của anh* (m.)/ *chị* (f.)
Could I see your identity card/your insurance papers?	*Cho tôi xem giấy tùy thân/giấy tờ bảo hiểm của anh* (m.)/*chị* (f.)
Will you act as a witness?	*Anh* (m.)/*chị* (f.) *làm chứng được không?*
I need this information for insurance purposes	*Tôi cần những thông tin này để lo chuyện bảo hiểm*
Are you insured?	*Anh* (m.)/*chị* (f.) *có bảo hiểm không?*
Third party or all inclusive?	*Trách nhiệm dân sự hay gồm tất cả?*
Could you sign here, please?	*Xin ký tên ở đây*

14.4 Theft

I've been robbed	*Tôi bị cướp*
My...has been stolen	*...của tôi bị lấy cắp*
My car's been broken into	*Xe của tôi bị trộm*
I've been pick-pocketed	*Tôi bị móc túi*

14.5 Missing person

I've lost my child/ grandmother	*Tôi bị lạc mất đứa con/bà của tôi*
Could you help me find him/her?	*Xin giúp tôi tìm con tôi/bà của tôi*
Have you seen a small child?	*Anh (m.)/chị (f.) có thấy một đứa nhỏ?*
He's/she's...years old	*Nó...tuổi*
He/she's got...hair	*Nó để tóc...*
– short/long	*– ngắn/dài*
– blond/red/brown/black/ gray	*– tóc vàng/đỏ/nâu/đen/bạc*
– curly/straight/ frizzy	*– quăn/thẳng/uốn*
– in a ponytail	*– để đuôi gà*
– in braids	*– thắt bím*
– in a bun	*– búi tóc*
He's/she's got blue/brown/ green eyes	*Mắt của nó xanh dương/nâu/xanh lá cây*

He/she's wearing…	*Nó mặc...*
swimming trunks/hiking boots	*đồ bơi/ giày đi bộ*
with/without glasses	*đeo/không đeo mắt kiếng*
carrying/not carrying a bag	*mang/ không mang túi*
He/She is tall/short	*Nó cao/thấp*
This is a photo of him/her	*Đây là hình của nó*
He/she must be lost	*Chắc là nó bị lạc*

The police

An arrest

Xin cho xem giấy tờ (xe)	Your (vehicle) documents, please
Ông/bà chạy quá tốc độ	You were speeding
Ông/bà không đựơc phép đậu xe ở đây	You're not allowed to park here
Đèn xe của ông/bà không sáng	Your lights aren't working
Vậy ông/bà bị phạt tiền...	That's a $...fine
Ông/bà muốn trả ngay bây giờ không?	Do you want to pay now?
Ông/bà sẽ phải trả tiền bây giờ	You'll have to pay now

| I don't speak Vietnamese | *Tôi không nói tiếng Việt* |
| I didn't see the sign | *Tôi không thấy bảng hiệu đó* |

I don't understand what it says	*Tôi không hiểu ý nghĩa của nó*
I was only doing... kilometers an hour	*Tôi chỉ đang chạy...cây số một giờ*
I'll have my car checked	*Tôi sẽ cho kiểm soát lại xe của tôi*
I was blinded by oncoming lights	*Tôi bị choá mắt vì đèn xe ngược chiều*

At the police station

Nó đã xảy ra ở đâu?	Where did it happen?
Cái gì bị mất?	What's missing?
Cái gì bị lấy?	What's been taken?
Cho tôi xem giấy tờ tùy thân của ông/bà?	Could I see your identity card/ some identification?
Việc này xảy ra lúc mấy giờ?	What time did it happen?
Có ai làm chứng không?	Are there any witnesses?
Ký tên ở đây	Sign here, please
Anh/chị có cần thông dịch viên không?	Do you want an interpreter?

I want to report a collision/ missing person/rape	*Tôi muốn trình báo một vụ đụng xe/ một người mất tích/một vụ hãm hiếp*
Could you make a statement, please?	*Anh/chị hãy làm tờ trình*
Could I have a copy for the insurance?	*Cho tôi một bản để gửi cho công ty bảo hiểm*
I've lost everything	*Tôi mất hết mọi thứ*

I've no money left, I'm desperate	*Tôi không còn tiền, tôi rầu lắm*
Could you lend me a little money?	*Xin cho tôi mượn một ít tiền?*
I'd like an interpreter	*Tôi cần có một thông dịch viên*
I'm innocent	*Tôi vô tội*
I don't know anything about it	*Tôi không biết gì về chuyện đó cả*
I want to speak to someone from the American embassy	*Tôi muốn nói chuyện với người của sứ quán Mỹ*
I want a lawyer who speaks...	*Tôi cần một luật sư nói tiếng...*

15

English-Vietnamese Word List

15. English-Vietnamese Word List

● **The following word list** is meant to supplement the chapters in this book. Some of the words not on this list can be found elsewhere in this book. Food items can be found in Section 4.7, the parts of a car on pages 70–71, the parts of a bicycle on pages 74–75 and camping equipment on pages 98–99.

A

about *khoảng*

above *trên*

abroad *ở nước ngoài*

accident *tai nạn*

adaptor *máy biến điện*

address *địa chỉ*

admission *vào cửa*

admission price *vé/phí vào cửa*

adult *người lớn*

advice *lời khuyên*

aeroplane *máy bay*

after *sau; sau khi*

afternoon *buổi chiều*

aftershave *dầu thơm cạo râu*

again *lại, nữa*

against *ngược lại, chống*

age *tuổi*

AIDS *bệnh liệt kháng*

air conditioning *máy lạnh*

air mattress *nệm hơi*

airmail *thư gửi máy bay*

airplane *máy bay*

airport *sân bay*

airport security *an ninh sân bay*

alarm *báo động*

alarm clock *đồng hồ báo thức*

alcohol *rượu*

all day *suốt ngày*

all the time *luôn luôn*

allergy *dị ứng*

alone *một mình*

altogether *tất cả*

always *luôn luôn*

ambulance *xe cứu thương*

America *Mỹ, Hoa Kỳ*

American *người Mỹ*

amount *số lượng*

amusement park *công viên giải trí*

anesthetic (general) *thuốc mê*

anesthetic (local) *thuốc tê*

angry *tức giận*

animal *động vật*

ankle *mắt cá chân*

answer *trả lời*

ant *kiến*

antibiotics *trụ sinh*

antifreeze *chống đông đá*

antique *cổ xưa*

antiques *đồ cổ*

antiseptic *sát trùng*

anus *hậu môn*

apartment *căn hộ*

aperitif *rượu khai vị*

apologies *lời xin lỗi*

apple *táo*

apple juice *nước táo*

application *ứng dụng*

appointment *cuộc hẹn*

April *tháng tư*

architecture *ngành kiến trúc*

area *khu*

area code *mã số vùng*

arm *cánh tay*

arrange *sắp xếp*

arrive *đến*

arrow *mũi tên*

art *mỹ thuật*

art gallery *phòng tranh nghệ thuật*

artery *động mạch*

article *bài báo, món đồ*

artificial respiration *hô hấp nhân tạo*

ashtray *cái gạt tàn*

ask *hỏi*

ask for *hỏi, xin*

aspirin *thuốc atpirin*

assault *tấn công*

assorted *gồm nhiều loại*

@ (email address) *a còng (tại–địa chỉ email)*

at home *ở nhà*

at night *ban đêm*

at the back *ở phía sau*

at the front *ở phía trước*

at the latest *mới nhất*

ATM card *thẻ rút tiền mặt/ATM*

aubergine *cà tím*

August *Tháng tám*

Australia *Úc Đại Lợi*

Australian *người Úc*

automatic *tự động*

autumn *mùa thu*

awake *thức giấc*

awning *bạt, mái che*

B

baby *em bé*

baby food *thức ăn trẻ em*

babysitter *người giữ trẻ*

back (part of body) *lưng*

back (rear) *phía sau*

backpack *ba lô*

backpacker *du khách ba lô*

bad (rotting) *hư, xấu*

bad (terrible) *ghê gớm*

bag *túi*

baggage claim *nơi nhận hành lý gửi*

baker *thợ làm bánh mì*

balcony *ban công*

ball *trái banh*

ballpoint pen *bút bi*

banana *chuối*

bandage *băng*

bandaids *băng cá nhân*

bangs *mái tóc ngang trán*

bank (finance) *ngân hàng*

bank (river) *bờ sông*

bar (café) *quán rượu*

barbecue *món nướng*

basketball *bóng rổ*

bath *tắm rửa*

bath towel *khăn tắm*

bathmat *thảm lót chân tắm*

bathrobe *áo khoác tắm*

bathroom *phòng tắm*

battery *pin; bình điện*

beach *bãi biển*

beans *đậu*

beautiful *đẹp*

bed *giường*

bedding *dọn giường*

bee *ong*

beef *thịt bò*

beer *bia*

begin *bắt đầu*

behind *sau, đàng sau*

belt *dây nịt*

berth *toa giường nằm*

better (to get) *tốt hơn, khoẻ hơn*

bicycle *xe đạp*

bikini *áo tắm hai mảnh*

bill *hoá đơn*

billiards *bi da*

birthday *sinh nhật*

biscuit *bánh ngọt*

bite *cắn*

bitter *đắng*

black *đen*

black and white *trắng đen*

black eye *mắt thâm*

bland (taste) *nhạt nhẽo*

blanket *mền, chăn*

bleach *tẩy trắng*

bleed *chảy máu*

blind (can't see) *mù mắt*

blind (on window) *màn sáo*

blister *nốt phồng rộp*

blond *tóc vàng*

blood *máu*

blood pressure *huyết áp*

bloody nose *chảy máu cam*

blouse *áo khoác ngắn*

blue *xanh dương*

boarding pass *thẻ lên máy bay*

boat **thuyền**

body **thân, mình**

boiled **sôi; luộc**

bone **xương**

book **sách**

booked, reserved **đã giữ chỗ, đặt chỗ**

booking office **văn phòng bán vé**

bookshop **tiệm sách**

border **biên giới**

bored **chán**

boring **làm cho chán**

born **sinh ra**

borrow **mượn**

botanic gardens **vườn bách thảo**

both **cả hai**

bottle (baby's) **bình (sữa trẻ em)**

bottle (wine) **chai (rượu)**

bottle-warmer **máy ủ nóng bình sữa**

box **hộp**

box office **quầy bán vé**

boy **con trai**

boyfriend **bạn trai**

bra **áo ngực/nịt ngực**

bracelet **vòng đeo tay**

braised **nấu hầm**

brake **thắng/phanh**

brake oil **dầu thắng/phanh**

bread **bánh mì**

break **bể, vỡ**

breakfast **điểm tâm**

breast **ngực**

breast milk **sữa mẹ**

bridge **cầu**

briefs **quần lót**

bring **mang theo**

brochure **tập sách hướng dẫn**

broken **bị bể, bị vỡ**

bronze **đồng thau**

broth **nước xúp**

brother **anh, em trai**

brown **nâu**

browser (computer) **trình duyệt**

bruise **vết bầm**

brush **chải, đánh**

bucket **thùng, xô**

buffet **ăn tự chọn món**

bugs **bọ**

building **toà nhà**

bun **chiếc bánh nhỏ**

burglary **vụ trộm**

burn (injury) **cháy**

burn (verb) **cháy, đốt**

burnt **bị cháy, bị đốt**

bus **xe buýt/xe đò/xe ca**

bus station **bến xe buýt/xe đò/ xe ca**

bus stop **trạm xe buýt/xe đò/ xe ca**

business card **danh thiếp**

business class **hạng doanh nghiệp**

business trip **chuyến đi công tác**

busy (schedule) **bận rộn**

busy (traffic) **đông đúc**

butane, natural gas **ga, khí đốt**

butcher **người bán thịt**

butter **bơ**

button **nút**

by airmail **bằng đường máy bay**

by phone **bằng điện thoại**

c

cabbage **bắp cải**

cabin **phòng nhỏ**

cake **bánh ngọt**

call (phonecall) **cú điện thoại**

call (to phone) **gọi điện thoại**

called **gọi là**

camera **máy ảnh**

camping **cắm trại**

can opener **đồ mở hộp**

cancel **hủy bỏ**

candle **nến, đèn cầy**

candy **kẹo**

car **xe hơi; xe ô tô**

car documents **giấy tờ xe**

car seat (child's) **ghế ngồi (của em nhỏ)**

car trouble **trục trặc xe cộ**

cardigan **áo ngắn**

careful **cẩn thận**

carpet **thảm**

carriage **xe, toa xe**

carrot **cà rốt**

cartridge **cuộn băng**

cash **tiền mặt**

cash card **thẻ rút tiền mặt**

cash desk **quầy tính tiền**

cash machine **máy rút tiền**

casino **sòng bạc**

cassette **băng ghi âm**

cat **mèo**

catalogue **tập catalô**

cauliflower **rau súp-lơ**

cause **nguyên nhân**

cave **hang, động**

CD **đĩa CD**

CD-ROM **đĩa CD-ROM**

celebrate **ăn mừng, kỷ niệm**

cell phone **điện thoại di động**

cemetery **nghĩa địa**

center (middle) **ở giữa, trung tâm**

center (of city) **trung tâm (thành phố)**

centimeter **xăng ti mét**

central heating **máy sưởi trung tâm**

central locking **khoá toàn bộ**

certificate **chứng chỉ**

chair **ghế**

chambermaid **cô dọn phòng**

champagne **rượu champagne**

change (money) **tiền lẻ**

change (trains) **đổi**

change, swap **đổi, trao đổi**

change the baby's diaper **thay tã em bé**

change the oil **thay nhớt**

charger **bộ xạc pin**

charter flight **chuyến bay thuê bao**

chat **tán gẫu/chat**

check (verb) **kiểm, soát**

check, bill **kiểm lại hoá đơn**

check in **nhận phòng (hotel)/ làm thủ tục lên máy bay (airport)**

check out **trả phòng (hotel)**

checked luggage **hành lý đã kiểm soát**

cheers! **chúc sức khoẻ!**

cheese **phó mát/phô mai**

chef **đầu bếp**

chess **cờ**

chewing gum **kẹo cao su**

chicken **thịt gà**

child **em nhỏ**

child's seat (in car) **ghế ngồi trẻ em**

chilled **ướp lạnh**

chin **cằm**

chocolate **sô cô la**

choose **chọn lựa**

chopstick **đũa**

church **nhà thờ**

church service **lễ nhà thờ**

cigar **xì gà**

cigarette **thuốc lá**

circle **vòng tròn**

circus **gánh xiệc**

citizen **công dân**

city **thành phố**

clean **sạch**

clean (verb) **lau, dọn**

clearance (sale) **bán hạ giá**

clock **đồng hồ**

closed **đóng cửa**

closed off (road) **cấm lưu thông**

clothes **quần áo**

clothes dryer **máy sấy quần áo**

clothes hanger **móc áo**

clothing **quần áo**

clutch (car) **bộ am ray da/ly hợp**

coat (jacket) **áo vét**

coat (overcoat) **áo khoác**

cockroach **con gián**

cocoa **ca cao**

coffee **cà phê**

cold (not hot) **lạnh (không nóng)**

cold, flu **cảm lạnh, cúm**

collar **cổ áo**

collarbone **xương đòn**

colleague **đồng nghiệp**

collision **đụng chạm, đụng xe**

cologne **dầu thơm**

color **màu**

colored **có màu**

comb **cái lược**

come **tới, đến**

come back **trở về, trở lại**

compartment **toa xe/toa tàu**

complaint **khiếu nại**

completely **hoàn toàn**

compliment **khen ngợi**

computer **máy vi tính**

concert **buổi hoà nhạc**

concert hall **phòng hoà nhạc**

concierge **người trực khách sạn**

concussion **sự chấn thương**

condensed milk **sữa đặc**

condom **bao cao su**

confectionery **tiệm bánh mứt**

congratulations! **chúc mừng!**

connection (transport) **chuyển tiếp**

constipation **bệnh táo bón**

consulate **lãnh sự quán**

consultation (by doctor) **khám bệnh**

contact lens **kính sát tròng**

contagious **lây**

contraceptive **ngừa thai**

contraceptive pill **thuốc viên ngừa thai**

cook (person) **người nấu bếp**

cook (verb) **nấu**

cookie **bánh quy**

copper **đồng**

copy **bản sao**

corkscrew **đồ mở nút chai**

corner **góc**

cornflower **bột bắp**

correct **đúng**

correspond **giao tiếp thư tín**

corridor **hành lang**

cosmetics **mỹ phẩm**

costume **bộ quần áo**

cot **nôi**

cotton **vải bông**

cotton wool **vải len**

cough **bệnh ho**

cough (verb) **ho**

cough syrup **thuốc xi rô trị ho**

counter **quầy**

country (nation) **quốc gia**

country (rural area) **miền quê**

country code **mã số quốc gia**

courgette **bí ngọt**

course of treatment **cách điều trị**

cousin **anh chị em họ**

crab **cua**

cracker **bánh giòn**

cream **kem**

credit card **thẻ tín dụng**

crime **tội ác**

crockery **chén dĩa ly**

cross (road, river) **lối băng ngang**

crossroad **ngã tư**

crutch **nạng**

cry **khóc, la**

cubic meter **mét khối**

cucumber **dưa chuột**

cuddly toy **đồ chơi nhồi bông**

cuff **cổ tay áo**

cufflinks **nút gài cổ tay áo**

cup **tách**

curly **quăn**

current (electric) **dòng điện**

cursor (computer) **con trỏ**

curtains **màn che**

cushion **gối đệm**

custom **phong tục**

customs **hải quan**

cut (injury) **vết cắt**

cut (verb) **cắt**

cutlery **dao muỗng nĩa**

cybercafé **quán cà phê internet**

cycling **đạp xe đạp**

D

dairy products **sản phẩm từ sữa**

damage **sự thiệt hại**

dance **khiêu vũ**

dandruff **gàu**

danger **sự nguy hiểm**

dangerous **nguy hiểm**

dark **tối**

date **ngày tháng**

date of birth **ngày sinh**

daughter **con gái**

day **ngày**

day after tomorrow **ngày mốt**

day before yesterday **hôm kia**

dead **chết**

deaf **điếc**

decaffeinated **không có chất cà phê**

December **tháng mười hai**

declare (customs) **khai báo (hải quan)**

deep **sâu**

deep freeze **đông lạnh**

deep-sea diving **lặn sâu**

defecate **đi cầu, đại tiện**

degrees **độ**

delay **chậm trễ/trì hoãn**

delicious **ngon**

dentist **nha sĩ**

dentures **răng giả**

deodorant **dầu thơm khử mùi**

department store **tiệm bách hoá**

departure **khởi hành**

departure time **giờ khởi hành**

depilatory cream **kem làm rụng lông**

deposit (for safekeeping) **gởi**

deposit (in bank) **nạp tiền vào tài khoản (ngân hàng)**

desert **sa mạc**

dessert **thức ăn tráng miệng**

destination **nơi đến**

detergent **xà phòng nước**

develop (photo) **rọi ảnh**

diabetic **tiểu đường**

dial **quay số**

diamond **kim cương/ hột xoàn**

diaper **tã lót**

diarrhea **bệnh tiêu chảy**

dictionary **từ điển**

diesel oil **dầu ma-zút/diezel**

diet **việc ăn kiêng**

difficulty **sự khó khăn**

digital camera **máy ảnh kỹ thuật số**

dining car **toa hàng ăn**

dining room **phòng ăn**

dinner **bữa ăn tối**

direct **trực tiếp, thẳng**

direct flight **chuyến bay thẳng**

directly **trực tiếp**

dirty **dơ**

disabled **tật nguyền**

disco **disco**

discount **giảm giá**

dish **dĩa, món ăn**

dish of the day **món ăn trong ngày**

disinfectant **thuốc/dầu khử trùng**

distance **khoảng cách**

distilled water **nước lọc**

disturb **gây rối, làm phiền**

disturbance **sự gây rối, làm phiền**

dive **lặn**

diving **môn lặn**

diving board **ván nhún**

diving gear **bộ đồ lặn**

divorced **ly dị**

dizzy **chóng mặt**

do **làm**

do not disturb **đừng làm phiền**

do-it-yourself store **tiệm bán đồ tự làm lấy**

doctor **bác sĩ**

dog **con chó**

doll **búp bê**

domestic **nội địa/quốc nội**

done (cooked) **chín**

door **cửa**

dot (webpage) **chấm (địa chỉ trang mạng)**

double **đôi**

down **xuống, dưới**

download (computer) **tải về**

drapes **khăn trải giường**

draught **khô; hơi**

dream (verb) **mơ, nằm mơ**

dress **áo dài (Vietnamese style)/áo đầm (Western style)**

dressing gown **áo khoác mặc ở nhà**

dressing table **bàn phấn**

drink (alcoholic) **rượu bia**

drink (refreshment) **thức uống**

drink (verb) **uống**

drinking water **nước uống**

drive **lái xe**

driver **tài xế**

driver's license **bằng lái xe**

drugstore **hiệu thuốc**

drunk **say rượu**

dry **khô**

dry (verb) **lau khô, làm khô**

dry-clean **hấp tẩy**

dry-cleaners **thợ hấp tẩy quần áo**

duck **con vịt/thịt vịt**

during **trong lúc**

during the day **vào lúc ban ngày**

duty (tax) **thuế**

duty-free goods **hàng miễn thuế**

duty-free shop **tiệm miễn thuế**

E

ear **tai**

ear drops **thuốc nhỏ tai**

earache **đau tai/bệnh đau tai**

earbud **tai nghe**

early **sớm**

earrings **bông tai**

earth **trái đất, đất**

earthenware **đồ sứ**

east **đông, phía đông**

easy **dễ**

eat **ăn**

e-book **sách điện tử**

e-booking/reservation **đặt/ mua vé qua mạng**

economy class **hạng bình dân**

eczema **bệnh chàm eczema**

eel **con lươn**

egg **trứng**

eggplant **quả cà**

electric **điện, chạy điện**

electricity **điện**

electronic **điện tử**

electronics shop **tiệm bán đồ điện tử**

elephant **con voi**

elevator **thang máy**

email **thư điện tử/e-mail**

embassy **sứ quán**

embroidery **hàng thêu**

emergency brake **thắng khẩn cấp**

emergency exit **lối ra khẩn cấp**

emergency phone **điện thoại khẩn cấp**

emery board **bàn mài**

emperor **hoàng đế**

empress **hoàng hậu**

empty **trống, không, rỗng**

engaged (on the phone) **bận**

engaged (to be married) **đính hôn**

England **Anh quốc**

English **tiếng Anh, người Anh**

enjoy **thưởng thức, thích**

enquire **hỏi, thắc mắc**

envelope **bao thư**

escalator **thang cuốn**

escort **tháp tùng**

essential **cần thiết**

e-ticket **vé điện tử**

evening **buổi tối**

evening wear **dạ phục**

event **sự việc, biến cố**

everything **mọi thứ**

everywhere **khắp nơi**

examine **khám, xét**

excavation **sự đào bới**

excellent **tuyệt hảo**

exchange **trao đổi**

exchange office **văn phòng đổi tiền đoái**

excursion **cuộc du ngoạn**

exhibition **cuộc triển lãm**

exit **lối ra**

expenses **chi tiêu**

expensive **đắt, mắc**

explain **giải thích**

express **trình bày; nhanh**

extension (telephone) **số máy lẻ (điện thoại)**

external **bên ngoài**

eye **mắt**

eye drops **thuốc nhỏ mắt**

eye specialist **chuyên gia về mắt**

F

fabric **vải**

face **mặt**

face recognition function **chức năng tự động nhận mặt**

factory **hãng; xưởng**

fall (season) **mùa thu**

fall (verb) **rơi**

family **gia đình**

famous **nổi tiếng**

fan **quạt**

far away **xa xôi**

farm **nông trại**

farmer **nông dân**

fashion **thời trang**

fast **nhanh**

father **cha**

father-in-law **cha chồng/cha vợ**

fault **lỗi**

fax **fax**

February **tháng hai**

feel **cảm thấy**

feel like **cảm thấy thích/như**

fence **hàng rào**

ferry **phà**

fever **sốt**

fiancé **hôn phu**

fiancée **hôn thê**

fill **đổ đầy**

fill out (form) **điền**

filling (dental) **trám răng**

filling (in food) **nhân**

film (cinema) **phim xi nê**

film (photo) **phim chụp hình**

filter **lọc/đổ lọc**

filter cigarette **thuốc lá đầu lọc**

fine (good) **tốt**

fine (money) **tiền phạt**

finger **ngón tay**

fire **lửa, đám cháy**

fire alarm **báo động có cháy**

fire department **đội chữa cháy**

fire escape **lối thoát khi cháy**

fire extinguisher **bình chữa lửa**

first **đầu tiên, thứ nhất**

first aid **sơ cứu**

first class **hạng nhất**

fish **cá**

fish (verb) **câu cá**

fishing rod **cần câu**

fitness club **câu lạc bộ thể hình**

fitness training **tập thể hình**

fitting room **phòng thử quần áo**

fix (puncture) **sửa**

flag **cờ**

flash (camera) **flash**

flashlight **đèn flash**

flatulence **đầy bụng**

flavor **vị, hương vị**

flavoring **có mùi vị**

flea **con bọ chét**

flea market **chợ trời**

flight **chuyến bay**

flight number **số chuyến bay**

flood **lụt**

floor **sàn nhà**

flour **bột**

flu **bệnh cúm**

flush **xả nước**

fly (insect) **ruồi**

fly (verb) **bay**

fog **sương mù**

foggy **sương mù**

folklore **chuyện dân gian**

follow **theo**

food (groceries) **thực phẩm**

food (meal) **món ăn**

food court **khu vực bán thức ăn**

food poisoning **ngộ độc thực phẩm**

foot **bàn chân**

foot brake **thắng chân/phanh chân**

forbidden **bị cấm**

forehead **trán**

foreign **nước ngoài**

forget **quên**

fork **nĩa** (utensil), **càng xe** (bike)

form **mẫu đơn/hình thức**

formal dress **quần áo trang trọng**

forward (letter) **gửi tiếp**

fountain **bồn phun nước**

frame **khung**

free (no charge) **miễn phí**

free (unoccupied) **trống**

free time **giờ tự do**

freeze **đông lạnh**

french fries **khoai tây chiên**

fresh **tươi**

Friday **thứ sáu**

fried **chiên**

friend **bạn**

friendly **thân thiện**

frightened **sợ**

fringe (hair) **lọn (tóc)**

frozen **đông lạnh**

fruit **trái cây**

fruit juice **nước trái cây**

frying pan **chảo**

full **đầy**

fun **sự vui vẻ**

funeral **đám tang**

G

gallery **phòng triển lãm**

game **trò chơi**

garage (car repair) **tiệm sửa xe**

garbage **rác**

garden **vườn**

garlic **tỏi**

garment **quần áo**

gas (for heating) **khí đốt, ga**

gas station **trạm xăng**

gasoline **dầu hoả** (for heating, lighting), **xăng** (for cars)

gate **cổng**

gear (car) **hộp số**

gem **ngọc**

gender **giống, phái tính**

get off **xuống xe/tàu...**

get on **lên xe/tàu...**

gift **quà**

ginger **gừng**

girl **con gái**

girlfriend **bạn gái**

given name **tên**

glass (for drinking) **ly**

glass (material) **thủy tinh**

glasses **mắt kiếng**

gliding *lướt*

glossy (photo) *láng*

gloves *bao tay*

glue *keo*

gnat *muỗi mắt*

go *đi*

go back *quay lại*

go out *đi ra*

gold *vàng*

golf *cù/gôn*

golf course *sân cù/gôn*

good afternoon *chào... (buổi chiều)*

good evening *chào... (buổi tối)*

good morning *chào... (buổi sáng)*

good night *chúc ngủ ngon*

goodbye *tạm biệt*

goose *con ngỗng*

GPS *máy định vị vệ tinh*

grade crossing *chỗ đường xe lửa băng ngang*

gram *gam*

grandchild *cháu*

granddaughter *cháu gái*

grandfather *ông*

grandmother *bà*

grandparent *ông bà*

grandson *cháu trai*

grape juice *nước nho*

grapes *nho*

grave *nghiêm trọng*

graze (injury) *vết trầy*

greasy *nhầy*

green *xanh lá cây*

greengrocer *người bán rau quả*

greeting *chào hỏi*

grey *xám*

grey-haired *bạc (tóc)*

grilled *nướng*

grocer *người bán thực phẩm*

groceries *thực phẩm*

group *nhóm*

guest house *nhà khách*

guide (book) *tập sách hướng dẫn*

guide (person) *hướng dẫn viên*

guided tour *du lịch có người hướng dẫn*

guilty *có tội*

gym *trung tâm thể dục*

gynecologist *bác sĩ phụ khoa*

H

hacker *tin tặc/hacker*

hair *tóc* (on the head)*/lông* (on the body)

hairbrush *lược*

haircut *cắt tóc/kiểu tóc*

hairdresser *thợ cắt tóc*

hairdryer *máy sấy tóc*

hairspray *thuốc xịt tóc*

hairstyle **kiểu tóc**

half **một nửa**

half full **đầy một nửa**

hammer **cái búa**

hand **bàn tay**

hand brake **thắng tay**

hand luggage **hành lý xách tay**

hand towel **khăn mặt**

handbag **xách tay**

handkerchief **khăn tay**

handmade **làm bằng tay**

happy **hạnh phúc**

harbor **hải cảng**

hard (difficult) **khó khăn**

hard (firm) **cứng**

hardware store **tiệm bán dụng cụ**

hat **mũ, nón**

hay fever **bệnh dị ứng hoa cỏ**

head **đầu**

headache **bệnh đau đầu**

headlights **đèn pha**

health food shop **tiệm thức ăn bổ dưỡng**

healthy **khoẻ mạnh**

hear **nghe**

hearing aid **dụng cụ trợ thính**

heart **tim**

heart attack **nghẽn tim**

heat **sức nóng**

heater **lò sưởi**

heavy **nặng**

heel (of foot) **gót chân**

heel (of shoe) **gót giày**

hello **Xin chào**

help **giúp**

helping (of food) **phần**

hem **lai**

herbal tea **trà dược thảo**

herbs **cây thuốc**

here **ở đây**

high **cao**

high chair **ghế cao**

high-definition **độ phân giải cực cao**

high tide **thủy triều lên**

highway **xa lộ**

hiking **đi bộ trong rừng**

hiking boots **giày đi bộ**

hip **hông**

hire **mướn**

hitchhike **xin quá giang**

hobby **trò chơi giải trí**

holdup **vụ cướp, chỗ kẹt xe**

holiday (festival) **ngày nghỉ lễ**

holiday (public) **ngày lễ**

holiday (vacation) **kỳ nghỉ**

homesick **nhớ nhà**

honest **chân thật**

honey **mật ong**

horizontal **ngang**

horrible **kinh khủng**

horse *ngựa*

hospital *nhà thương/bệnh viện*

hospitality *lòng hiếu khách*

hot (bitter, sharp) *cay*

hot (warm) *nóng*

hot spring *suối nước nóng*

hot-water bottle *bình nước nóng*

hotel *khách sạn*

hour *giờ*

house *nhà*

houses of parliament *quốc hội*

how? *cách nào?/như thế nào?*

how far? *bao xa?*

how long? *bao lâu?*

how many? *bao nhiêu?*

how much? *bao nhiêu?*

hundred grams *một trăm gam*

hungry *đói*

hurry *vội*

husband *chồng*

hut *chòi*

hybrid car *xe 2 nguồn năng lượng, vừa điện vừa xăng*

I

ice cream *kem*

ice cubes *đá cục*

ice-skating *trượt băng*

iced *ướp đá, lạnh*

idea *ý tưởng*

identification (card) *giấy chứng minh*

identify *nhận diện*

ignition key *chìa khoá đề máy/công tắc*

ill *đau ốm*

illness *bệnh*

imagine *tưởng tượng*

immediately *ngay lập tức*

import duty *thuế nhập khẩu*

important *quan trọng*

impossible *không thể được*

improve *cải thiện*

in *trong*

in the evening *vào buổi tối*

in the morning *vào buổi sáng*

in-laws *bà con bên vợ/bên chồng*

included *được bao gồm*

including *gồm cả*

indicate *cho thấy*

indicator (car) *đồng hồ báo hiệu*

indigestion *khó tiêu*

inexpensive *không đắt*

infection *sự nhiễm trùng*

infectious *nhiễm trùng*

inflammation *viêm*

information *thông tin*

information office *văn phòng hướng dẫn*

injection *chích*

injured *bị thương*

inner tube *ruột/săm xe*

innocent *vô tội*

insect *côn trùng*

insect bite *vết côn trùng cắn*

insect repellent *thuốc xua côn trùng*

inside *bên trong*

instructions *chỉ dẫn*

insurance *bảo hiểm*

intermission *giờ nghỉ giải lao*

internal *trong, bên trong*

international *quốc tế*

Internet *mạng internet*

Internet café *cà phê internet*

interpreter *thông dịch viên*

intersection *ngã tư*

introduce oneself *giới thiệu*

invite *mời*

invoice *hoá đơn*

iodine *I ốt*

Ireland *Ái Nhĩ Lan*

iron (for clothes) *bàn ủi/là*

iron (metal) *sắt*

iron (verb) *ủi/là*

ironing board *bàn để ủi quần áo*

island *đảo*

itch *ngứa*

J

jack (for car) *con đội/kích*

jacket *áo vét*

jackfruit *mít*

jam *mứt*

January *tháng giêng*

jaw *hàm răng*

jeans *quần gin*

jellyfish *sứa*

jeweler *thợ kim hoàn*

jewelry *kim hoàn*

job *công việc*

jog *chạy bộ*

joke *chuyện đùa*

journey *cuộc hành trình*

juice *nước trái cây*

July *tháng bảy*

June *tháng sáu*

K

kerosene *dầu hoả*

key *chìa khoá*

key (on keyboard) *phím (bàn phím)*

keyboard (computer) *bàn phím*

kidney *thận*

kilogram *kí lô*

king *vua*

kiss *nụ hôn*

kiss (verb) *hôn*

kitchen *nhà bếp*

knee *đầu gối*

knife *dao*

knit *đan*

know *biết*

L

lace (fabric) *đăng-ten*

laces (for shoes) *dây giày*

ladder *thang*

lake *hồ*

lamb *cừu*

lamp *đèn*

LAN (Local Area Network) *mạng nội bộ*

land (ground) *đất*

land (verb) *đặt chân, hạ cánh*

lane (of traffic) *tuyến đường*

language *ngôn ngữ, tiếng nói*

laptop computer *máy tính xách tay*

large *lớn*

last (final) *cuối*

last night *đêm qua*

lasting (endurance) *bền*

late *trễ*

later *lát nữa, sau này*

laugh *cười*

launderette *tiệm giặt*

laundry soap *xà phòng giặt*

law *luật*

lawyer *luật sư*

laxative *thuốc xổ*

leak *rò, rỉ*

leather *da*

leather goods *đồ da*

leave *rời khỏi*

left *bên trái*

left behind *để lại, bị bỏ lại đàng sau*

leg *chân*

leggings *tất dài, vớ dài, ba*

leisure *rảnh rỗi*

lemon *chanh*

lend *cho mượn*

lens (camera) *ống kính (máy ảnh)*

less *ít hơn, kém*

lesson *bài học*

letter *lá thư; chữ*

lettuce *xà lách*

level crossing *chỗ có đường xe lửa chạy qua*

library *thư viện*

license *bằng*

lie (be lying) *nằm*

lie (falsehood) *nói dối*

lie down *nằm xuống*

lift (elevator) *thang máy*

lift (in car) *quá giang*

light (lamp) *đèn*

light (not dark) *sáng*

light (not heavy) *nhẹ*

light bulb *bóng đèn*

lighter *hộp quẹt*

lightning *sấm chớp, tia chớp*

like (verb) *thích*

line *đường, dãy*

linen **vải lanh**

lining **vải lót**

liqueur **rượu ngọt**

liquor store **tiệm rượu**

listen **lắng nghe**

liter **lít**

literature **văn học**

little (amount) **nhỏ, ít**

little (small) **nhỏ**

live (alive) **còn sống**

live (verb) **sống**

liver **gan**

lobster **tôm hùm**

local **địa phương**

lock **khoá; ổ khoá**

log off **thoát ra (tài khoản mạng)**

log on **đăng nhập (tài khoản mạng)**

log-in page **trang đăng nhập**

long **dài; lâu**

long-distance call **gọi điện thoại đường dài**

look at **nhìn**

look for **tìm**

look up **tìm**

lose **mất**

loss **sự tổn thất**

lost (can't find way) **lạc đường**

lost (missing) **mất**

lost and found office **văn phòng giữ đồ thất lạc**

lotion **dầu thơm**

loud **lớn**

love **tình yêu**

love (verb) **yêu**

low **thấp**

low tide **thủy triều thấp**

LPG **khí đốt LPG**

luck **sự may mắn**

luggage **hành lý**

luggage locker **tủ đựng hành lý**

lumps (sugar) **cục, miếng**

lunch **bữa trưa**

lungs **phổi**

M

madam **bà**

magazine **tạp chí**

mail (letters) **thư từ**

mail (verb) **gửi qua bưu điện**

main post office **bưu điện chính**

main road **đường chính**

make, create **làm, chế tạo**

make an appointment **lấy hẹn**

make love **làm tình**

makeshift **tạm**

makeup **sự trang điểm**

malware **phần mềm độc hại**

man **đàn ông**

manager **giám đốc**

mango **xoài**

manicure **làm móng tay**

many **nhiều**

map **bản đồ**

marble **cẩm thạch**

March **tháng ba**

margarine **bơ margarine**

marina **cảng nhỏ**

marital status **tình trạng hôn nhân**

market **chợ; thị trường**

married **có gia đình**

mass **đám đông; thánh lễ**

massage **xoa bóp**

mat (on floor) **thảm; chiếu**

mat (on table) **tấm lót bàn ăn**

match **trận đấu; người phù hợp**

matches **diêm**

matte (photo) **mờ**

May **tháng năm**

maybe **có lẽ**

mayonnaise **sốt mayonnaise**

mayor **thị trưởng**

meal **bữa ăn**

mean **có nghĩa**

measure **đo**

measure out **đo**

measuring jug **hũ để lường**

meat **thịt**

medication **thuốc**

medicine **thuốc**

meet **gặp**

melon **dưa**

member **hội viên; thành viên**

member of parliament **dân biểu**

membership card **thẻ hội viên**

mend **sửa**

menstruate **có kinh**

menstruation **sự có kinh**

menu **thực đơn**

message **tin; thông điệp**

metal **kim loại**

metal detector **máy phát hiện kim loại/cổng từ**

meter (in taxi) **đồng hồ**

meter (measure) **mét**

migraine **bệnh thiên đầu thống**

mild (taste) **dịu, vừa phải**

milk **sữa**

millimeter **mi li mét**

mineral water **nước suối/khoáng**

minute **phút**

mirror **gương**

miss (flight, train) **lỡ**

miss (loved one) **nhớ**

missing **lạc mất**

missing person **người mất tích**

mist **sương**

misty **nhiều sương**

mistake **lầm lỗi**

mistaken **lầm lỗi**

misunderstanding **hiểu lầm**

mixed **trộn lẫn**

modern art **nghệ thuật hiện đại**

moment **lúc**

monastery **tu viện**

Monday **thứ hai**

money **tiền**

monkey **con khỉ**

month (calendar) **tháng**

moon **mặt trăng**

moped **xe gắn máy nhỏ**

mosquito **con muỗi**

mosquito net **mùng**

motel **khách sạn motel**

mother **mẹ; má**

mother-in-law **mẹ vợ; mẹ chồng**

motorbike **xe gắn máy**

motorboat **thuyền máy**

mountain **núi**

mountain hut **chòi trên núi**

mouse **con chuột**

mouse (computer) **con chuột**

mouth **miệng**

MSG **bột ngọt; mì chính**

much **nhiều**

mud **bùn**

muscle **bắp thịt**

muscle spasms **chuột rút**

museum **viện bảo tàng**

mushrooms **nấm**

music **nhạc**

N

nail (finger) **móng tay/móng chân**

nail (metal) **đinh**

nail file **đồ giũa móng tay**

nail scissors **kéo cắt móng tay**

naked **trần truồng**

nappy, diaper **tã**

nationality **quốc tịch**

natural **tự nhiên/thiên nhiên**

nature **tự nhiên/thiên nhiên**

nauseous **buồn nôn**

near **gần**

nearby **quanh đây**

necessary **cần thiết**

neck **cổ**

necklace **dây chuyền**

necktie **khăn quàng**

needle **kim**

negative (photo) **(phim) âm bản**

neighbor **hàng xóm**

nephew **cháu trai**

never **không bao giờ; chưa bao giờ**

new **mới**

news **tin tức**

news stand **sạp báo**

newspaper **báo**

next *kế tiếp*
next to *kế bên*
nice (person) *tốt; dễ thương*
nice (pleasant) *tốt, vui, ngon*
niece *cháu gái*
night *đêm*
night duty *trực đêm*
nightclothes *quần áo mặc buổi tối*
nightclub *hộp đêm/vũ trường*
nightdress *quần ngủ áo*
nipple (bottle) *núm vú (bình sữa)*
no *không*
no-one *không một ai*
no entry *cấm vào*
no thank you *không, cảm ơn*
noise *tiếng ồn*
nonstop (flight) *thẳng*
noodles *mì, bún*
normal *bình thường*
north *phía bắc*
nose *mũi*
nose drops *thuốc nhỏ mũi*
nosebleed *máu cam*
notebook *sổ tay*
notepad *giấy ghi chú*
notepaper *giấy ghi chép*
nothing *không gì*
November *tháng mười một*
nowhere *không ở nơi nào cả*

number *số*
number plate *bảng số*
nurse *y tá*
nuts *đậu, hạt*

O

occupation *nghề nghiệp*
October *tháng mười*
off (gone bad) *hư*
off (turned off) *tắt*
offer *cho*
office *văn phòng*
oil *dầu*
oil level *mức dầu*
ointment *dầu xức*
okay *ô-kê, được*
old *cũ, già*
on (turned on) *mở*
on, at *vào lúc, tại*
on board *lên xe, tàu*
on the left *ở bên trái*
on the right *ở bên phải*
on the way *trên đường*
oncoming car *xe ngược chiều*
one-way ticket *vé một chuyến*
one-way traffic *xe cộ một chiều*
onion *hành*
open *mở cửa*
open (verb) *mở*
operate (surgeon) *giải phẫu*

operator (telephone) **nhân viên tổng đài**

opposite **đối diện**

optician **nhân viên nhãn khoa**

orange (color) **màu cam**

orange (fruit) **cam**

order **đơn đặt hàng; lệnh; thứ tự**

order (verb) **đặt hàng; ra lệnh**

other **khác**

other side **phía kia; mặt kia**

outside **bên ngoài**

over there **ở đằng kia**

overpass **cầu vượt**

overseas **nước ngoài**

overtake **qua mặt**

oyster **sò**

P

packed lunch **thức ăn trưa đóng gói**

page **trang**

pain **đau**

painkiller **thuốc giảm đau**

paint **vẽ; sơn**

painting (art painting) **bức tranh**

pajamas **đồ ngủ**

palace **dinh thự**

pan **chảo, xoong**

pane **tấm kiếng**

panties **đồ lót trẻ em**

pants **quần dài**

pantyhose **vớ dài**

papaya (tree and fruit) **đu đủ**

paper **giấy**

paraffin oil **dầu paraffin**

parasol **lọng; dù**

parcel **gói**

pardon **tha thứ**

parents **cha mẹ**

park (verb) **đậu**

park, gardens **công viên**

parking garage **bãi đậu xe**

parking space **chỗ đậu xe**

part (car-) **phụ tùng**

partner **bạn; người yêu**

party **tiệc**

passable (road) **đi được**

passenger **hành khách**

passionfruit **trái chanh leo/Đài Loan**

passport **sổ hộ chiếu**

passport photo **hình hộ chiếu**

password **mật khẩu (đăng nhập)**

patient **bệnh nhân**

pay **trả tiền**

pay the bill **trả tiền**

peach **đào**

peanut **đậu phọng**

pear **lê**

pearl **ngọc trai**

peas **đậu**

pedal **bàn đạp/đạp xe**

pedestrian crossing **chỗ qua đường**

pedicure **làm móng chân**

pen **cây viết; bút**

pencil **bút chì**

penis **dương vật**

penknife **dao bỏ túi/dao díp**

people **người**

pepper (black) **tiêu**

pepper (chilli) **ớt**

performance **cuộc biểu diễn**

perfume **nước hoa**

perhaps **có lẽ**

period (menstrual) **kỳ (kinh nguyệt)**

permit **cho phép**

person **người**

personal **cá nhân**

pet **thú vật cảnh**

petrol **xăng**

petrol station **trạm xăng**

pharmacy **tiệm thuốc tây**

phone **điện thoại**

phone (verb) **điện thoại**

phone booth **trạm điện thoại**

phone card **thẻ điện thoại**

phone directory **niên giám điện thoại**

phone number **số điện thoại**

photo **hình chụp**

photocopier **máy phôtô**

photocopy **bản phôtô**

photocopy (verb) **chụp phôtô**

photo editing **(phần mềm) chỉnh sửa ảnh**

phrasebook **sách dạy đàm thoại**

pick up (come to) **đến**

pick up (go to) **đón**

picnic **du ngoạn**

pill (contraceptive) **thuốc viên (ngừa thai)**

pillow **gối**

pillowcase **bao gối**

pills, tablets **thuốc viên**

pin **kim ghim**

PIN number **mã số PIN**

pineapple **thơm/khóm/dứa**

pipe (plumbing) **ống nước**

pipe (smoking) **ống điếu**

pipe tobacco **thuốc lá**

pity **lòng thương xót, sự tội nghiệp**

pixel (resolution) **pixel (đơn vị đo độ phân giải)**

place of interest **nơi tham quan**

plain (simple) **đơn giản**

plain (tasteless) **nhạt nhẽo**

plan (intention) **kế hoạch**

plan (map) **bản đồ**

plane **máy bay**

plant **cây**

plaster cast **bó bột**

plastic **nhựa dẻo**

plastic bag *bao nhựa*

plate *dĩa*

platform *ke ga*

play (drama) *vở kịch*

play (verb) *chơi*

play golf *chơi cù/gôn*

play sports *chơi thể thao*

play tennis *chơi quần vợt*

playground *sân chơi*

playing cards *bộ bài*

pleasant *vui tươi*

please *xin vui lòng! làm vừa lòng*

pleasure *sự vui vẻ*

plug (electric) *cắm điện; ổ cắm điện*

plum *mận*

pocket *túi*

pocketknife *dao bỏ túi*

point out *chỉ ra*

poisonous *độc*

police *cảnh sát/công an*

police officer *cảnh sát viên/ công an*

police station *đồn cảnh sát/ công an*

pond *hồ/ao*

pony *ngựa nhỏ*

population *dân số*

pork *thịt heo*

port *hải cảng*

porter (concierge) *người gác cửa (trực khách sạn)*

porter (for bags) *người khuân vác*

possible *có thể*

post (verb) *gửi qua bưu điện*

post office *bưu điện*

postage *cước bưu điện*

postbox *thùng gửi thư/hộp thư*

postcard *bưu thiếp*

postcode *mã thư tín*

postpone *hoãn lại*

potato *khoai tây*

potato chips *khoai tây chiên*

poultry *gia cầm*

powdered milk *sữa bột*

power outlet *ổ cắm điện*

prawn *tôm*

precious metal *kim loại quý*

precious stone *đá quý*

prefer *thích... hơn*

preference *sự ưa thích*

pregnant *có thai*

prescription *toa thuốc*

present (gift) *quà*

present (here) *có mặt*

press *báo chí*

pressure *sức ép*

price *giá*

price list *bảng giá*

print (picture) *hình rọi*

print (verb) *in; rọi*

priority seat **chỗ ngồi ưu tiên**

probably **có lẽ**

problem **vấn đề**

profession **nghề nghiệp chuyên môn**

profit **lợi nhuận**

program **chương trình**

pronounce **công bố**

propane **khí đốt propane**

pudding **bánh pudding**

pull **kéo**

pull a muscle **gồng**

pulse **mạch**

pure **tinh khiết, thuần túy**

purify **lọc**

purple **tím**

purse (for money) **bóp**

purse (handbag) **túi xách**

push **đẩy**

puzzle **câu đố**

pyjamas **quần áo ngủ**

Q

quarter **một phần tư; quý (3 months)**

quarter of an hour **mười lăm phút**

queen **nữ hoàng**

question **câu hỏi; vấn đề**

quick **nhanh**

quiet **yên tĩnh**

R

radio **ra dô, vô tuyến truyền thanh**

railroad, railway **hoả xa**

rain **mưa**

rain (verb) **mưa**

raincoat **áo mưa**

rape **hãm hiếp**

rapids **ghềnh thác**

rash **ban; mụn đỏ**

raw **sống, chưa nấu chín**

razor blade **lưỡi dao cạo**

read **đọc**

ready **sẵn sàng**

really **thật sự**

reason **lý do**

receipt **biên nhận**

reception desk **bàn tiếp khách**

recipe **cách nấu**

reclining chair **ghế dựa**

recommend **đề nghị, giới thiệu**

rectangle **hình chữ nhật**

red **đỏ**

red wine **rượu đỏ**

reduction **sự giảm xuống**

refrigerator **tủ lạnh**

refund **trả tiền lại**

regards **lời thăm hỏi**

region **miền, vùng**

registered **đăng ký**

relatives **bà con**

reliable **đáng tin cậy**

religion **tôn giáo**

rent out **mướn hết rồi**

repair **sửa**

repairs **những việc sửa chữa**

repeat **lập lại**

report (police) **báo cáo (cảnh sát)**

reserve **dành riêng**

responsible **có trách nhiệm**

rest **nghỉ**

restaurant **tiệm ăn**

restroom **phòng vệ sinh**

result **kết quả**

retired **về hưu**

return ticket **vé khứ hồi**

reverse (car) **số lùi (ô-tô)**

rheumatism **bệnh phong thấp**

ribbon **ruy-băng**

rice (cooked) **cơm**

rice (grain) **gạo, thóc**

ridiculous **kỳ cục**

riding (horseback) **môn cưỡi ngựa**

right (correct) **đúng**

right (side) **bên phải**

right of way **quyền ưu tiên (đi đường)**

rinse **súc**

ripe **chín**

risk **rủi ro**

river **sông**

road **đường**

roadway **đường xe lửa**

roasted **quay**

rock (stone) **đá**

roll (bread) **ổ**

roof **mái nhà**

roof rack **giá để đồ trên nóc ô-tô**

room **phòng**

room number **số phòng**

room service **việc dọn phòng**

rope **dây thừng**

route **đường**

rowing boat **thuyền chèo**

rubber **cao su**

rude **thô lỗ**

ruins **phế tích**

run **chạy**

running shoes **giày chạy bộ**

S

sad **buồn**

safe **an toàn**

safe (for cash) **két sắt (đựng tiền)**

safety pin **kim băng**

sail (verb) **giong buồm**

sailing boat **thuyền buồm**

salad **rau sống**

sale **bán khuyến mãi**

sales clerk **nhân viên bán hàng**

salt *muối*

same *cùng; giống như*

sandals *xăng đan/dép*

sandy beach *bãi biển nhiều cát*

sanitary towel *khăn vệ sinh*

satisfied *thoả mãn*

Saturday *thứ bảy*

sauce *nước sốt*

saucepan *xoong*

sauna *tắm hơi*

say *nói*

scald (injury) *phỏng nước sôi*

scales *cân*

scanner *máy quét scan*

scarf (headscarf) *khăn quàng*

scarf (muffler) *khăn trùm*

scenic walk *lối đi bộ ngắm cảnh*

school *trường*

scissors *kéo*

Scotland *Tô Cách Lan*

screen *màn hình*

screw *vít*

screwdriver *tuộc vít*

scuba dive *lặn có bình dưỡng khí*

sculpture *điêu khắc*

SD card *thẻ nhớ SD*

sea *biển*

seasick *say sóng*

search engine *công cụ tìm kiếm*

seat *chỗ ngồi; yên ngồi*

second (in line) *thứ nhì, thứ hai*

second (instant) *giây*

second-hand *cũ, đã dùng rồi*

security *an ninh*

sedative *thuốc an thần*

see *thấy*

send *gửi*

sentence *câu; án*

separate *chia cách/riêng biệt*

September *tháng chín*

serious *nghiêm trọng*

service *dịch vụ*

service station *trạm phục vụ*

serviette *khăn ăn*

sesame oil *dầu mè/vừng*

sesame seeds *mè/vừng*

set *bộ; đông*

sew *may*

shade *bóng mát; bóng râm*

shallow *cạn*

shame *sự xấu hổ*

shampoo *dầu gội đầu*

shark *cá mập*

shave *cạo râu*

shaver *đồ cạo râu*

shaving cream *kem cạo râu*

sheet *tấm*

shirt *áo sơ mi*

shoe *giày*

shoe polish **thuốc đánh giày/
xi-ra**

shop (verb) **đi mua sắm**

shop, store **tiệm**

shop assistant **nhân viên bán
hàng**

shop window **cửa tiệm**

shopping center **trung tâm
thương mại**

short **ngắn, thấp**

short circuit **chập điện, đoản
mạch**

shorts (short trousers) **quần
đùi**

shorts (underpants) **quần lót**

shoulder **vai**

show **chương trình biểu diễn**

shower **tắm vòi sen**

shrimp **tôm**

shutter (camera) **màn trập
(máy ảnh)**

shutter (on window) **cửa chớp**

sieve **cái rây**

sightseeing **đi ngắm cảnh**

sign (road) **biển hiệu**

sign (verb) **ký tên**

signature **chữ ký**

silence **sự yên lặng**

silk **lụa**

silver **bạc**

simple **đơn giản**

single (only one) **đơn**

single (unmarried) **độc thân**

single ticket **vé đơn**

sir **ngài**

sister **chị/em gái**

sit (be sitting) **ngồi**

sit down **ngồi xuống**

size **cỡ**

skiing **trượt tuyết**

skin **da**

skirt **váy ngắn**

sleep **ngủ**

sleeping car **toa nằm**

sleeping pills **thuốc ngủ**

sleeve **tay áo**

slip (verb) **trượt**

slippers **giày đi trong nhà**

slow **chậm**

slow train **xe lửa chạy chậm**

small **nhỏ**

small change **tiền lẻ**

smartphone **máy điện thoại có
sử dụng internet**

smell **ngửi, có mùi**

smoke **khói**

smoke detector **máy báo động
khói**

smoked **hun khói**

snake **con rắn**

snorkel **ống lặn**

snow **tuyết**

snow (verb) **tuyết rơi**

soap *xà bông*

soap powder *xà bông bột*

soccer *bóng đá*

soccer match *trận bóng đá*

social networking *mạng xã hội*

socket (electric) *ổ cắm điện*

socks *tất, vớ*

soft drink *nước ngọt*

software *phần mềm*

sole (of shoe) *đế*

someone *người nào đó*

sometimes *đôi khi*

somewhere *nơi nào đó*

son *con trai*

soon *sớm*

sore (painful) *đau nhức*

sore (ulcer) *vết loét*

sore throat *đau họng*

sorry *xin lỗi*

soup *xúp*

sour *chua*

south *miền nam; phía nam*

souvenir *quà lưu niệm*

souvenir shop *tiệm bán đồ lưu niệm*

soy sauce *nước tương*

spanner, wrench *cà lê*

spare *dư ra, dự phòng*

spare parts *đồ phụ tùng*

spare tire *vỏ xe dự phòng*

spare wheel *bánh xe dự phòng*

speak *nói*

special *đặc biệt*

specialist (doctor) *bác sĩ chuyên khoa*

specialty (cooking) *món đặc biệt*

speed limit *tốc độ giới hạn*

spell *đánh vần*

spices *gia vị*

spicy *có gia vị*

splinter *mảnh nhọn, dằm*

spoon *muỗng*

sport *thể thao*

sports center *trung tâm thể thao*

spot (place) *chỗ*

spot (stain) *vết*

spouse *vợ/chồng*

sprain *trặc*

spring (device) *lò xo*

spring (season) *mùa xuân*

square (plaza) *quảng trường*

square (shape) *vuông*

square meter *mét vuông*

squash (game) *quần vợt tường*

squash (vegetable) *bí, bầu*

stadium *sân vận động*

stain *vết dơ*

stain remover *thuốc tẩy vết dơ*

stairs *cầu thang*

stamp *tem*

stand (be standing) *đứng*

stand up *đứng dậy*

star *sao*

starfruit *khế*

start *bắt đầu*

station *trạm*

statue *tượng*

stay (in hotel) *ở*

stay (remain) *ở lại*

steal *ăn cắp*

steamed *hấp*

steel *thép*

stepfather *cha kế*

stepmother *mẹ kế*

steps *bậc thang*

sterilise *khử trùng*

sticking plaster *băng dán*

sticky tape *băng keo*

stir-fried *xào*

stitches (in wound) *vết may*

stomach (abdomen) *bụng*

stomach (organ) *bao tử*

stomach ache *đau bụng*

stomach cramps *đau quặn ở bụng*

stools *phân; cứt*

stop (bus-) *trạm xe buýt*

stop (cease) *thôi*

stop (halt) *ngừng lại*

stopover *chỗ ghé lại*

store, shop *tiệm*

storm *bão*

story (of building) *tầng*

straight *thẳng*

straight ahead *thẳng phía trước*

straw (drinking) *ống hút*

street *đường phố*

street vendor *người bán dạo*

strike (work stoppage) *đình công*

string *dải, dây*

strong *mạnh, chắc*

study *học, nghiên cứu*

stuffed animal *thú nhồi bông*

stuffing *nhân*

subtitles *phụ đề*

succeed *thành công*

sugar *đường*

suit *bộ com-lê/vét*

suitcase *va li*

summer *mùa hè/mùa hạ*

sun *mặt trời*

sunbathe *tắm nắng*

Sunday *chủ nhật*

sunglasses *kiếng mát*

sunhat *nón che nắng*

sunrise *sáng sớm, bình minh*

sunscreen *kem chống nắng*

sunset *chiều tối, hoàng hôn*

sunshade *chỗ bóng râm*

sunstroke *bị say nắng*

suntan lotion *kem bắt nắng*

suntan oil **dầu bắt nắng**

supermarket **siêu thị**

surcharge **phụ phí**

surf **trượt sóng**

surface mail **thư thủy bộ**

surfboard **ván lướt sóng**

surname **tên họ**

surprise **điều ngạc nhiên**

swallow **nuốt**

swamp **đầm lầy**

sweat **mồ hôi**

sweater **áo ấm**

sweet **ngọt**

sweetcorn **bắp**

swim **bơi**

swimming costume **quần áo bơi**

swimming pool **hồ bơi**

swindle **lừa đảo**

switch **đổi (change), bật (turn of/off)**

synagogue **giáo đường Do Thái**

syrup **xi rô**

T

table **bàn**

table tennis **bóng bàn**

tablecloth **khăn bàn**

tablemat **tấm vải trải trên bàn**

tablespoon **muỗng canh**

tablets **viên thuốc**

tableware **đồ đạc dùng trên bàn**

take (medicine) **uống (thuốc)**

take (photograph) **chụp (hình)**

take (time) **mất (...giờ)**

talk **nói chuyện**

tall **cao**

tampon **băng vệ sinh**

tanned **rám nắng**

tap **vòi nước**

tap water **nước máy**

tape measure **thước dây**

tassel **núm tua dùng trang hoàng**

taste **vị**

taste (verb) **nếm**

tax **thuế**

tax-free shop **cửa hàng miễn thuế**

taxi **tắc xi**

taxi stand **trạm tắc xi**

tea (black) **trà (đen)**

tea (green) **trà (xanh)**

teacup **tách uống trà**

teapot **ấm trà**

teaspoon **muỗng cà phê**

teat (bottle) **núm vú**

telephoto lens **ống thu hình từ xa**

television **ti vi/máy thu hình**

temperature (body) **thân nhiệt**

temperature (heat) **nhiệt độ**

temple *chùa; đền thờ*

tender, sore *hơi nhức*

tennis *quần vợt*

ten *mười*

tent *lều*

terminus *trạm cuối*

terrace *sân thượng*

terribly *khủng khiếp*

texting *nhắn tin*

thank *cảm ơn*

thank you, thanks *cảm ơn ông (bà...)*

thaw *tan*

theater *rạp hát*

theft *sự trộm cắp*

there *ở đằng kia*

thermometer (body) *nhiệt kế*

thermometer (weather) *hàn thử biểu*

thick *dày*

thief *kẻ cắp*

thigh *đùi*

thin (not fat) *ốm*

thin (not thick) *mỏng*

think (believe) *nghĩ; tin*

think (ponder) *suy nghĩ*

third (1/3) *một phần ba*

thirsty *khát*

this afternoon *chiều nay*

this evening *tối nay*

this morning *sáng nay*

thread *sợi; chỉ*

throat *cổ họng*

throat lozenges *thuốc ngậm trị đau họng*

thunderstorm *sấm sét*

Thursday *thứ năm*

ticket (admission) *vé (vào cửa)*

ticket (travel) *vé*

ticket office *phòng bán vé*

tidy *gọn*

tie (necktie) *cà vạt*

tie (verb) *cột*

tight (thick) *chặt*

tights (pantyhose) *đồ bó sát*

time (occasion) *lần*

times (multiplying) *lần (nhân)*

timetable *thời gian biểu*

tin (can) *hộp*

tin opener *đồ mở hộp*

tip (gratuity) *tiền trà nước/ hoa hồng*

tire *vỏ xe*

tire pressure *độ căng hơi lốp xe*

tissues *khăn giấy*

tobacco *thuốc lá*

today *hôm nay*

toddler *em bé*

toe *ngón chân*

together *cùng nhau*

toilet *nhà vệ sinh*

toilet paper *giấy vệ sinh*

toilet seat **bồn cầu**

toiletries **đồ dùng vệ sinh**

tomato **cà chua**

tomorrow **ngày mai**

tongue **lưỡi**

tonight **đêm nay**

tool **dụng cụ**

tooth **răng**

toothache **đau răng**

toothbrush **bàn chải răng**

toothpaste **kem đánh răng**

toothpick **tăm**

top up **để lên trên cùng**

torch, flashlight **đèn pin**

total **tổng cộng**

tough **gay go; dai**

tour **du lịch**

tour guide **hướng dẫn viên du lịch**

tourist class **dành cho du khách**

tourist information office **văn phòng hướng dẫn du lịch**

tow **kéo**

tow cable **dây cáp dùng để kéo**

towel **khăn tắm**

tower **tháp**

town **thị trấn**

town hall **toà thị chính**

toy **đồ chơi**

traffic **xe cộ**

traffic light **đèn đường**

train **xe lửa**

train station **ga xe lửa**

train ticket **vé xe lửa**

train timetable **lịch chạy tàu**

translate **dịch**

travel **du lịch**

travel agent **công ty du lịch**

traveler **du khách**

traveler's cheque **chi phiếu du hành**

treatment **điều trị**

triangle **tam giác**

trim (haircut) **tỉa (tóc)**

trip **chuyến đi chơi**

truck **xe vận tải**

trustworthy **đáng tin tưởng**

try on **thử**

tube (of paste) **ống**

Tuesday **thứ ba**

tuna **cá thu**

tunnel **đường hầm**

turn off **tắt**

turn on **bật, mở**

turn over **xoay qua**

TV **ti vi; máy truyền hình**

TV guide **chương trình truyền hình**

tweezers **cái nhíp**

twin-bedded **giường đôi**

typhoon **bão**

U

ugly **xấu**

UHT milk **sữa tiệt trùng**

ulcer **vết loét**

umbrella **dù**

under **dưới, bên dưới**

underpants **quần lót**

underpass **hầm chui**

understand **hiểu**

underwear **đồ lót**

undress **cởi quần áo**

unemployed **thất nghiệp**

uneven **không đều**

university **đại học**

unleaded **không có chất chì**

up **lên, dậy**

upload **tải lên (mạng internet)**

upright **thẳng đứng**

urgent **khẩn cấp**

urgently **khẩn cấp**

urine **nước tiểu**

used bookstore **tiệm sách cũ**

username **tên đăng nhập (tài khoản)**

usually **thường thường**

V

vacate **rời đi, trả phòng**

vacation **kỳ nghỉ**

vaccinate **chích ngừa**

vagina **âm hộ**

valid **có giá trị**

valley **thung lũng**

valuable **quý giá**

valuables **đồ quý giá**

van **xe vận tải nhỏ**

vase **bình**

vegetable **rau**

vegetarian **người ăn chay**

vein **mạch**

velvet **nhung**

vending machine **máy bán hàng**

venomous **độc**

venereal disease **bệnh hoa liễu**

vertical **dọc**

via **qua; ghé lại**

video camera **máy quay video**

video cassette **băng video**

video recorder **máy thâu video**

view **quang cảnh**

village **làng**

virus (computer) **vi-rút**

visa **chiếu khán/thị thực/visa**

visit **thăm**

visiting time **giờ thăm**

vitamins **sinh tố**

vitamin tablets **thuốc viên sinh tố**

volcano **núi lửa**

volleyball **bóng chuyền**

vomit **mửa; nôn**

W

wait **đợi/chờ**

waiter **nam tiếp viên**

waiting room **phòng đợi**

waitress **nữ tiếp viên**

wake up **thức giấc**

Wales **xứ Wales**

walk (noun) **cuộc đi bộ**

walk (verb) **đi bộ**

walking stick **gậy chống**

wall **tường**

wallet **bóp; ví**

wardrobe **tủ quần áo**

warm **ấm, nóng**

warn **cảnh cáo**

warning **sự cảnh cáo**

wash **rửa; giặt**

washing **sự tắm rửa, giặt**

washing line **dây phơi quần áo**

washing machine **máy giặt**

wasp **con ong vò vẽ**

watch **xem**

water **nước**

water-skiing **trượt nước**

waterfall **thác nước**

waterproof **không thấm nước**

way (direction) **đường, lối**

way (method) **phương pháp**

we **chúng tôi; chúng ta**

weak **yếu**

wear **mang, mặc**

weather **thời tiết**

weather forecast **dự báo thời tiết**

website **trang mạng**

wedding **đám cưới**

Wednesday **thứ tư**

week **tuần**

weekday **ngày thường**

weekend **cuối tuần**

weigh **cân nặng**

weigh out **cân**

welcome **chào đón**

well (for water) **giếng**

well (good) **khoẻ**

west **phía tây**

wet **ướt**

wetsuit **bộ quần áo lặn**

what? **cái gì? gì?**

wheel **bánh xe**

wheelchair **xe lăn**

when? **khi nào?**

where? **ở đâu? đâu?**

which? **...nào?**

white **trắng**

white wine **rượu trắng**

who? **ai?**

why? **tại sao? vì sao?**

wide-angle lens **ống kính góc rộng**

widow **bà góa**

widower **đàn ông góa vợ**

wife *vợ*

Wi-fi *Kết nối không dây*

wind *gió*

window (in room) *cửa sổ*

window (to pay) *cửa, quầy (trả tiền)*

windscreen, windshield *kính chắn gió*

windscreen wiper *cần lau kiếng*

wine *rượu*

winter *mùa đông*

wire *dây*

witness (person) *người làm chứng*

witness (to see) *chứng kiến (thấy)*

woman *đàn bà*

wonderful *tuyệt vời*

wood *gỗ*

wool *len*

word *từ; chữ*

work *làm việc*

working day *ngày làm việc*

worn *mòn*

worried *lo*

wound *vết thương*

wrap *gói*

wrench, spanner *cà lê*

wrist *cổ tay*

write *viết*

write down *viết ra*

writing pad *tập giấy để viết*

writing paper *giấy để viết*

wrong *sai*

Y

yarn *chỉ sợi*

year *năm; tuổi*

yellow *vàng; màu vàng*

yes *vâng, dạ*

yes please *xin cho tôi...*

yesterday *hôm qua*

you *ông, bà, cô, anh, chị, em*

youth hostel *nhà ở cho thanh niên*

Z

zip *dây kéo (noun); khoá chặt (verb)*

zoo *sở thú*

zucchini *mướp tây, bí ngọt*